'The Man From The Egg' या इंग्रजी पुस्तकाचा अनुवाद

गरुडजन्माची कथा

त्रिमूर्तींच्या आगळ्यावेगळ्या कथा

सुधा मूर्ती

अनुवाद
लीना सोहोनी

मेहता पब्लिशिंग हाऊस

THE MAN FROM THE EGG by SUDHA MURTY

Text Copyright © Sudha Murty 2017
Illustrations Copyright © Priyankar Gupta 2017

First Published in Puffin Books by Penguin House India 2017
Translated into Marathi Language by Leena Sohoni

गरुडजन्माची कथा / अनुवादित कथासंग्रह

अनुवाद : लीना सोहोनी

मराठी अनुवादाचे व प्रकाशनाचे हक्क मेहता पब्लिशिंग हाऊस, पुणे.

प्रकाशक : सुनील अनिल मेहता, मेहता पब्लिशिंग हाऊस,
१९४१, सदाशिव पेठ, माडीवाले कॉलनी, पुणे - ३०.

मुखपृष्ठ व
आतील चित्रे : पेंग्विन रॅण्डम हाऊस इंडिया यांच्या सौजन्याने

प्रकाशनकाल : एप्रिल, २०१८ / पुनर्मुद्रण : डिसेंबर, २०१८

P Book ISBN 9789387789722
E Book ESBN 9789387789739
E Books available on : play.google.com/store/books
www.amazon.in/b?node=15513892031

इन्फोसिस निर्मितीच्या दिवसांतील अनमोल
आठवणींसाठी-
क्रिस गोपालकृष्णन् आणि सुधा

प्रस्तावना

भारतात ईश्वराच्या तीन रूपांना एकत्रितपणे त्रिमूर्ती असं म्हणतात. हे तीन देव म्हणजे ब्रह्मा, विष्णू आणि महेश. या तिघांना मिळून त्रिमूर्ती म्हणतात.

ते तिघं मिळून विश्वाच्या एकात्मतेचं प्रतीक आहेत. परंतु त्यांच्यापैकी प्रत्येकाची स्वतःची वेगळी ओळख आहे, प्रत्येकाचं वैशिष्ट्य वेगळं आहे. ते लोकांना वरदान देतात. भारतभर सर्वत्र घरोघरी तसंच मंदिरांमध्ये लोक रोज त्यांची प्रार्थना करतात. त्यांचं माहात्म्य वर्णन करणारी स्तोत्रं गातात.

पण तरीही मनात एक प्रश्न उठतोच.

आपल्याकडे शंकराची तसंच विष्णूची व त्याच्या अनेक अवतारांमधील रूपांची असंख्य देवालयं आहेत; पण ब्रह्माची मंदिरं फारशी कुठेच आढळून येत नाहीत. खरं तर त्रिमूर्तींमधील ब्रह्मा हाही तेवढाच महत्त्वाचा देव आहे आणि तरीही हे असं का बरं?

राक्षस किंवा असुर हे सतत अमरत्व मिळवण्यासाठी धडपड करताना दिसतात. ते अनेकदा त्या प्रयत्नांत देवांचीसुद्धा फसवणूक करतात, पण त्यांचे ते प्रयत्न कधीही यशस्वी होत नाहीत, असं कशामुळे घडतं?

सरस्वती, लक्ष्मी आणि पार्वती या अनुक्रमे ब्रह्मा, विष्णू आणि महेश्वर यांच्या पत्नी. परंतु पार्वतीचे अनेक अवतार पाहायला मिळतात. पार्वती ही आपल्याकडे शक्ती म्हणूनसुद्धा लोकप्रिय आहे. शक्ती हे स्त्रीचं दैवी रूप आहे आणि दुर्गा ही तर दुष्टांचं निर्दालन करणारी, अन्यायाचा प्रतिकार करणारी वीरांगना आहे. मग ही नाजूक, कोमल, सुंदर अशी पार्वती शक्तीची देवता किंवा वीरांगना म्हणून कशी काय प्रसिद्धीस आली असेल?

भारतीय पुराणाविषयी मी जी मालिका लिहीत आहे, त्यातला हा दुसरा खंड आहे. माझे प्रिय वाचक आणि त्यांच्या पुढच्या पिढ्यांसाठी हा सर्व लेखनप्रपंच मी सुरू केला आहे.

नेहमीप्रमाणेच माझ्या याही पुस्तकाच्या संपादनाचं काम श्रुती खुराना यांनी समर्थपणे पार पाडलं, त्याबद्दल मी त्यांची आभारी आहे. हे पुस्तक तुमच्यापर्यंत पोहोचवण्यात अंजू कुलकर्णी यांचासुद्धा मोलाचा वाटा आहे. पेंग्विन प्रकाशन संस्थेच्या सोहिनी मित्रा आणि हेमाली सोधी यांनी माझी ही कल्पना साकार करण्यासाठी मला पाठबळ दिलं, माझ्यावर विश्वास ठेवला. या सर्वांचीच मी अत्यंत ऋणी आहे.

अनुक्रमणिका

ओंकार स्वरूप

ब्रह्मदेवाची चूक

ब्रह्मदेव हा या संपूर्ण विश्वाचा, या चराचर सृष्टीचा निर्माता आहे. विष्णूच्या नाभीमधून जे कमळ उगवलं, त्यातून ब्रह्मदेव उत्पन्न झाला, असं म्हणतात. एखादा मूर्तिकार जसा मूर्ती घडवतो, शिल्पकार जसा शिल्पांची निर्मिती करतो, त्याच कुशलतेनं ही संपूर्ण सृष्टी साकारण्याचं काम ब्रह्मदेव अव्याहत करत असतो. आपण सर्व जण त्याचीच बालकं आहोत.

खूप खूप वर्षांपूर्वी मन्मथ किंवा कामदेव आणि त्याची पत्नी रती यांनी ब्रह्मदेवाची कठोर तपश्चर्या केली. त्यांना देवाकडून एक आगळंवेगळं वरदान हवं होतं. त्यांना एक वैशिष्ट्यपूर्ण धनुष्य आणि बाण हवं होतं. अनेक दिवसांच्या कठोर तपश्चर्येला व उपासतापासांना अखेर फळ आलं. एक दिवस स्वतः ब्रह्मदेव त्यांच्यासमोर प्रकट झाला.

मन्मथ म्हणाला, "देवा, मला एक धनुष्य-बाण दे. या धनुष्याची प्रत्यंचा ओढून मी ज्या कुणावर बाण सोडेन, तो आपल्या निकट असलेल्याच्या तत्काळ प्रेमात पडेल.''

ब्रह्मदेवानं त्याच्या त्या विनंतीवर क्षणभर विचार केला, "हे वरदान देणं योग्यच होईल. यामुळे माणसं एकमेकांच्या प्रेमात पडतील. त्यांना संतती होईल. या पृथ्वीतलावर मानव जातीचा विकास होण्यास त्याची मदतच होईल; परंतु जे निग्रही स्वभावाचे असतील किंवा परमार्थाच्या मार्गाला लागलेले असतील, त्यांच्यावर या धनुष्यातून सुटलेल्या बाणाचा काहीच परिणाम होणार नाही. तरीही मी याला हे वरदान देण्यास काहीच हरकत नाही.''

ब्रह्मदेवानं आपला उजवा हात वर करून 'तथास्तु' असं म्हणून मन्मथाला तो वर दिला.

मन्मथ हर्षभरित झाला. इतक्यात उसापासून बनवलेलं धनुष्य आणि फुलांचा

बाण असं त्याच्या हातात आलं. ते घेऊन ब्रह्मदेवाचे मनापासून आभार मानून तो आपल्या वाटेनं चालू लागला.

जरा वेळानं मन्मथाला त्या धनुष्य-बाणाची शक्ती पडताळून पाहण्याची इच्छा झाली. त्यानं फारसा विचारही न करता धनुष्याची प्रत्यंचा ताणली आणि मागे फिरून पहिला बाण थेट ब्रह्मदेवावरच सोडला.

नेमका त्याच वेळी ब्रह्मदेव एक सुंदर स्त्री घडवत होता. त्यानं तिचं शतरूपा असं नामकरणसुद्धा केलं होतं. शतरूपा म्हणजे शंभर अतिसुंदर शरीरसौष्ठवाची वैशिष्ट्यं असलेली स्त्री. जगानं आजपर्यंत अशी सौंदर्यवती पाहिलीच नसेल, अशी होती ती स्त्री.

ब्रह्मदेवानं आपली कलाकृती पूर्ण करून तिच्यात प्राण फुंकण्याचाच अवकाश, मन्मथाच्या बाणाचा प्रभाव लगेच दिसण्यास सुरुवात झाली.

ब्रह्मदेव मंत्रमुग्ध झाल्यासारखा एकटक तिच्याकडे पाहत बसला. त्याच्या त्या नजरेमुळे ती बावरली. आपलाच निर्माता हा असा वागेल, अशी तर तिनं कल्पनासुद्धा केली नव्हती. त्यामुळे ती त्याच्यापासून जरा दूर होऊन उजवीकडे वळली, पण ब्रह्मदेवाची नजर तिच्यावर जी काही खिळलेली होती, ती हटेना. त्याची नजर जणू तिचा पाठलाग करू लागली. अचानक त्याच्या उजव्या बाजूला एक मस्तक उगवलं. तो स्वतःसुद्धा त्यामुळे आश्चर्यचकित झाला. त्यामुळे शतरूपा अधिकच घाबरली. ती आता डावीकडे पळाली, पण मग देवाच्या डाव्या बाजूला अजून एक मस्तक उगवलं. शतरूपा आता ब्रह्मदेवाच्या पाठीमागे जाऊन लपली. आश्चर्याची गोष्ट म्हणजे त्या बाजूलासुद्धा एक मस्तक निर्माण झालं. आता ब्रह्मदेवाला चहूबाजूचं निरीक्षण करण्यासाठी चार मस्तकं होती. पूर्व, पश्चिम, उत्तर, दक्षिण. त्यामुळेच शतरूपा आता कोणत्याही बाजूला गेली, तरी ब्रह्मदेवाला ती दिसू शकत होती.

आता वर जाण्याशिवाय शतरूपाकडे दुसरा काहीच पर्याय नव्हता. तिच्या दुर्दैवानं ब्रह्मदेवावर त्याचा काहीच परिणाम झाला नाही. त्याच्या मूळ मस्तकावरच आकाशाच्या दिशेनं आणखी एक मस्तक उगवलं. अशा रीतीनं शतरूपा सतत ब्रह्मदेवाच्या नजरेच्या टप्प्यात राहिली.

शंकर दुरून हे सर्व काही पाहतच होता. आता मात्र त्याच्या रागाला काही पारावार राहिला नाही. "आता मलाच त्या गरीब बिचाऱ्या मुलीची सुटका करण्यासाठी काहीतरी केलं पाहिजे." त्यानं विचार केला. "ब्रह्मदेव तर या शतरूपाचा निर्माता आहे. त्यानं तिच्या प्रेमात पडणं मुळीच योग्य नाही."

मग शंकरानं आपलं त्रिशूल घेऊन आकाशाकडे रोखलेलं ब्रह्मदेवाचं मस्तक एका प्रहारात कापून टाकलं. "इथून पुढे फक्त ही चारच मस्तकं राहतील आणि लोक तुझी उपासना केवळ एकाच स्थानावर करतील."

शंकरानं ब्रह्मदेवाचं पाचवं मस्तक कापून वेगळं केल्यानंतर त्याला ही गोष्ट समजली, की जे काही घडलं होतं, त्यात ब्रह्मदेवाची काहीच चूक नव्हती. हा सगळा त्या मन्मथाच्या बाणाचा परिणाम होता.

मग शंकरानं त्याला एक उःशाप दिला. "ब्रह्मदेवा, लोक माझी आणि विष्णूची जशी स्वतंत्रपणे उपासना करतात, तशी जरी त्यांनी तुझी उपासना केली नाही, तरी त्रिमूर्तीच्या म्हणजे दत्ताच्या स्वरूपात लोक नेहमीच तुझी आराधना करतील."

अर्थात शंकरानं पुढचा मागचा काहीही विचार न करता ब्रह्मदेवाला शिक्षा केली होती. म्हणजे शंकराच्या हातून हे एक पातकच घडलं होतं. त्याचा परिणाम म्हणून तो संन्यासी होऊन भ्रमण करू लागला. भ्रमंती करताकरता एक दिवस तो ब्रह्मकल्पाला जाऊन पोहोचला. (उत्तराखंडमधील बद्रिनाथ हेच ते ठिकाण!) ब्रह्मदेवाचं ते कापलेलं मस्तक हाती धरून, त्या मस्तकाचा भिक्षापात्र म्हणून वापर करून शंकराची ही भ्रमंती चालली होती; परंतु ते भिक्षापात्र (ती कवटी) कधी पूर्णपणे भरत नसे. हे एक आश्चर्यच होतं. त्या पात्रात कुणीही कितीही अन्न घातलं, तरी ते नेहमी रिकामं राही. अखेर शंकर वाराणसीला जाऊन पोहोचला. तेथे पार्वतीचं रूप असलेल्या अन्नपूर्णा देवीनं त्याच्या पात्रात भिक्षा घातल्यावर ते भिक्षापात्र भरलं. अन्नपूर्णा ही सुखसमृद्धीची देवता! असं म्हणतात की ब्रह्माचं हे पाचवं मस्तक अजूनही शंकराकडेच आहे.

या कथेत वर्णन केलेली घटना ज्या ठिकाणी घडली, ते ठिकाण म्हणजे राजस्थानातील पुष्कर, असं मानतात.

स्वर्गीय तोडगा

सुंद आणि उपसुंद हे दोघे राक्षस भाऊ एकमेकांचे जीवश्चकंठश्च मित्रसुद्धा होते. कपडे, जेवणखाण, इतकंच काय पण आपलं राज्यसुद्धा त्यांनी अर्धंअर्धं वाटून घेतलं होतं.

त्यांना अमरत्व प्राप्त करण्याची जबरदस्त इच्छा होती. त्यापोटीच त्या दोघांनी ब्रह्मदेवाची घनघोर तपश्चर्या सुरू केली. बऱ्याच काळानंतर ब्रह्मदेव त्यांना प्रसन्न झाला आणि त्यांच्यासमोर प्रकट झाला.

ब्रह्मदेवाला वंदन करून ते दोघं म्हणाले, "हे ब्रह्मदेवा, तुमचं दर्शन झाल्यामुळे आम्ही हर्षभरित झालो आहोत."

"प्रिय भक्तांनो, तुमची भक्ती वादातीत आहे. तुम्ही फार मोठी तपश्चर्या केलेली आहे. त्यामुळे मी तुम्हाला आता एक वर देणार आहे. सांगा, तुमची काय इच्छा आहे?"

सुंद आणि उपसुंद हे दोघे भाऊ दीर्घ काळापासून याच क्षणाची प्रतीक्षा करत होते. ते दोघे एकमुखानं म्हणाले, "आम्हाला अमरत्व प्राप्त करायचं आहे."

"अरे, पण हे कसं शक्य आहे? जन्माला आलेल्या प्रत्येक जिवाला कधी ना कधीतरी मृत्यू येतोच. मी केवळ या सृष्टीचा निर्माता आहे. कुणाचंही मरण थांबवणं माझ्या हाती नाही. त्याऐवजी तुम्ही दुसरा काहीतरी वर मागा."

त्याच्या बोलण्यावर काळजीपूर्वक विचारविनिमय करून सुंद, उपसुंद म्हणाले, "ठीक आहे. मग तुम्ही आम्हाला असा वर द्या, की जर आम्ही एकमेकांना मारलं, तरच आम्हाला मृत्यू येऊ शकेल. इतर कुणीही आम्हाला मारू शकणार नाही."

आपल्या असुर भक्तांवर प्रसन्न होऊन त्यांना पाहिजे ते वरदान देण्याबद्दल ब्रह्मदेवाची तर ख्यातीच होती. परंतु बऱ्याच वेळा हे वर देण्याआधी ब्रह्मदेव त्यामध्ये काही विचित्र अटी घालत असे. प्रत्येक सजीवाला केव्हा ना केव्हातरी मृत्यूला

सामोरं तर जावंच लागतं, याची ब्रह्मदेवाला कल्पना होती. त्यामुळे हा वर दिल्यानंतर त्यात कुणी काही पळवाटा शोधून काढू नये याची तो नीट खबरदारी घेत असे. या वेळीही काही वेगळं नव्हतं. ब्रह्मदेवानं जरा वेळा विचार केला. त्यानंतर तो म्हणाला, ''ठीक आहे. आजपासून तुम्हाला इतर कुणीही मारू शकणार नाही. तुम्हाला केवळ एकमेकांच्या हातूनच मृत्यू येऊ शकेल.''

सुंद आणि उपसुंद यांचा आनंद तर गगनात मावेना. आपण दोघं आपापसात कधीच भांडणतंटा होऊ देणार नाही, एकमेकांचा जीव कधीच घेणार नाही, याची त्यांना खात्री होती.

त्यानंतर दोघा भावंडांनी एकामागून एक मुलूख जिंकायला सुरुवात केली. ते दोघंही महाशक्तिशाली बनले. ते अजेय बनले. त्यांचा पाडाव करणं आता कुणालाच शक्य होईना. या यशाची त्यांना धुंदी चढली. ते सर्वांशी उद्दामपणे वागू लागले. ते आपल्या प्रजेचा छळ करू लागले. मित्र आणि शत्रू या सर्वांनाच त्यांची भीती वाटू लागली. कारण लहर आली की ते कुणाचंही राज्य बळकावण्यास मागेपुढे पाहत नसत. अशी अनेक दशकं लोटली. जग या भावांच्या छळवणुकीला कंटाळलं. हे भाऊ मरण कधी पावतात याची सगळे वाट पाहू लागले; पण त्या दोघांचं एकमेकांवरचं प्रेम मात्र अधिकाधिक दृढ होत चाललं होतं. त्यांचं मुळी कोणत्याच बाबतीत दुमत होत नसे.

अखेर लोकांनी हवालदिल होऊन ब्रह्मदेवाची करुणा भाकली, ''देवा, तुम्हीच आता या जगाची या दोन राक्षसांपासून सुटका करा. आम्ही कुणाच्या तोंडाकडे पाहायचं? तुम्हीच आम्हाला तारा.''

ब्रह्मदेव लोकांची ही आळवणी ऐकत होता. त्याच्या मनात आलं, ''हे असुर एकदा शक्तिशाली बनले की ते नेहमी या पृथ्वीतलावरून मानव जातीचा विनाश करण्याचा प्रयत्न करतात. मीच त्यांना जो वर दिला, त्यामुळे आता त्यांचं निर्दालन कुणीही करू शकत नाहीये. माझ्याचमुळे जगात सर्वत्र दुःख पसरलं आहे. त्यामुळे आता यावर तोडगा काढण्याची जबाबदारीसुद्धा माझीच आहे.''

ब्रह्मदेवानं यावर खूप वेळ विचार केला. अखेर त्याला एक नामी युक्ती सुचली. त्यानं आपलं सर्व कसब पणाला लावून एक अद्वितीय सौंदर्यवती निर्माण केली. तिचं नाव तिलोत्तमा.

ब्रह्मदेवाच्या आज्ञेनुसार ही तिलोत्तमा एक दिवस रस्त्यानं फेरफटका मारायला निघालेल्या सुंद व उपसुंद या भावांच्या नजरेस पडली. (ती मुद्दामच त्यांच्या वाटेत थांबली होती.) तिच्या त्या अद्वितीय सौंदर्यामुळे ते दोघं मंत्रमुग्ध झाले. ती त्यांना बघताच न थांबता पुढे निघाली. पण जाताजाता तिनं त्यांच्याकडे पाहून फक्त मान हलवली. आश्चर्यानं थक्क झालेला सुंद एकटक नजरेनं तिलोत्तमेकडे भान हरपून

बघत राहिला होता. तो आपल्या भावाला- म्हणजेच उपसुंदाला म्हणाला, ''मला हिच्याशी विवाह करायचा आहे.''

त्यावर उपसुंदानं काहीच उत्तर दिलं नाही, पण त्याच्या डोक्यातही नेमके हेच विचार घोळत होते. पण आपल्याला ज्या सौंदर्यवतीशी लग्न करायची इच्छा आहे, तिच्याकडे आपला भाऊ असा एकटक नजरेनं बघतो आहे, हे पाहून सुंद काय समजायचं ते समजला. 'पण ही सुंदरी तर उपसुंदाची लवकरच वहिनी होणार आहे आणि हा खुशाल तिच्याकडे असा रोखून बघत आहे?' त्याच्या मनात आलं. तो उपसुंदाला ओरडला, ''अरे ए... जरा भानावर ये. डोकं ठिकाणावर आहे ना तुझं? तिच्याशी मी लग्न करणार आहे. तेव्हा एखाद्या बहिणीकडे पाहावं, त्या नजरेनं तिच्याकडे बघायला शीक.''

''पण तुझ्याही आधी ती मला दिसली होती. मला तिच्याशी लग्न करायचं आहे.'' उपसुंद म्हणाला.

''अरे, तू असं कसं काय बोलू शकतोस?''

''हे बघ, तू माझं बोलणं नीट ऐक. ज्या क्षणी तिची आणि माझी नजरानजर झाली, त्याच क्षणी खूणगाठ पटली. तिचं लग्न माझ्याशीच व्हायला हवं. आम्ही एकमेकांसाठीच बनलो आहोत.''

पण सुंदाला हे मुळीच पटत नव्हतं. ''हे बघ, मी तुझा मोठा भाऊ आहे. तिच्याशी लग्न मीच करणार. माझा निर्णय पक्का आहे.''

''तू मोठा असशीलही; पण म्हणून काही तू तुझी मतं माझ्यावर लादू शकत नाहीस. माझ्याही मताला किंमत आहेच की.''

हे ऐकून सुंद खळवला. बघताबघता दोन्ही भावांमधला वाद विकोपाला गेला. कोणत्याच असुराला तिलोत्तमेवर पाणी सोडायचं नव्हतं. खूप चर्चा केल्यावर त्यांनी एक निर्णय घेतला. आता दोघांनी एकदमच तिलोत्तमेला जाऊन भेटायचं आणि दोघांमधून ती कुणाची निवड करते हे बघायचं, असं त्यांनी ठरवलं. ती ज्या कुणाची निवड करेल, ती मात्र दुसऱ्यानं मान्य करायची, असंही त्यांनी ठरवलं.

मग सुंद आणि उपसुंद हे दोघे असुर तिलोत्तमेला जाऊन भेटले. त्यांनी ही समस्या तिला सांगितली. तिलोत्तमेनं अस्वस्थ झाल्याचं नाटक केलं. ''हे सगळं माझ्या सौंदर्यामुळे घडलंय,'' ती म्हणाली. ''माझ्यामुळे तुम्हा दोघा भावांमध्ये तेढ उत्पन्न झाली आहे. मी आता तुमचं राज्य सोडून दूर कुठेतरी निघून जाते.''

''तिलोत्तमे, नको गं, तू इथून कुठेही जाऊ नको.'' ते दोघं तिची विनवणी करत म्हणाले, ''तूच सांग, आमच्यापैकी कुणाशी तुला विवाह करावासा वाटतो? तू अगदी खरं खरं तुझ्या मनातलं आम्हाला सांग.''

''या पृथ्वीतलावरील सर्वश्रेष्ठ योद्ध्याशी विवाह करणं, हे माझं स्वप्न आहे.''

ती मुद्दामच नाटकीपणे म्हणाली. "त्यामुळे तुमच्या दोघांपैकी जो अधिक बलवान आहे, त्याच्याशी मी विवाह करेन. पण कोण जास्त शक्तिमान याचा निर्णय मात्र तुमचा तुम्हीच करा."

आता सुंद आणि उपसुंद या दोघांना तिलोत्तमेच्या प्रेमाशिवाय दुसरं काहीच दिसेना. ते बाकी सगळं विसरून गेले. मग त्यांनी आपापसात द्वंद्व ठेवलं. ही बातमी वाऱ्यासारखी पसरली. माणसं, पशू, पक्षी असे सर्व जण उत्सुकतेनं ही चुरस पाहण्यासाठी गोळा झाले.

दोन्ही भाऊ खरोखरच तुल्यबळ असल्यानं हा सामना फारच चुरशीचा झाला. सुंद व उपसुंद या दोघांनाही परस्परांची कमजोरी कशात आहे, हे नेमकं ठाऊक होतं. मदोन्मत्त हत्तीप्रमाणे ते एकमेकांवर चाल करून गेले. सगळं जग श्वास रोधून हा सामना बघत होतं. शेवट दोघांपैकी कुणीच जिवंत राहिलं नाही.

प्रेक्षकांमध्ये आनंदाची लहर पसरली. सर्व जण आनंदानं नाचू, गाऊ लागले. ब्रह्मदेवालाही हसू फुटलं. ज्या गोष्टीला अंत नव्हता, ती गोष्ट सहजपणे संपवण्याचं काम एका सौंदर्यवतीनं केलं होतं.

❖

सत्यम् शिवम् सुंदरम्

सतीची गोष्ट

राजा दक्ष हा ब्रह्मदेवांच्या मुलांपैकी एक. दक्षाला अनेक कन्या होत्या. त्यातल्या सत्तावीस मुलींचा विवाह देखणा देव चंद्र याच्याशी झाला होता. त्याच्या उरलेल्या कन्येचा, म्हणजेच दाक्षायणीचा विवाह भगवान शंकराशी झाला होता.

दाक्षायणीनं जो पती निवडला होता, त्यामुळे दक्ष अत्यंत नाराज होता. भगवान शंकराचं वास्तव्य बराच काळ कडाक्याच्या थंडीत हिमालयातील कैलास पर्वतावर असे; नाहीतर मग स्मशानभूमीत असे. शिवाय त्याचं रूपही रौद्र, भयावह होतं. तो जटाधारी होता आणि त्याच्या गळ्यातही सर्प माळेप्रमाणे रुळत असे. आपल्या सुंदर, कोमल मुलीला याहून कितीतरी उमदा, देखणा पती मिळाला असता, असं दक्षाला वाटे. परंतु दाक्षायणी (हिलाच रुद्राणी असंही म्हणत!) आपल्या पतीबरोबर अत्यंत सुखासमाधानानं राहत असे. आपल्या पतीचा जिथे कुठे संचार असे, त्यासोबत तीही आनंदानं तिकडे जात असे.

एक दिवस दक्षानं एक महायज्ञ करायचा घाट घातला. त्यानं आपल्या सर्व कन्या, जावई, आप्तेष्ट व स्नेहसंबंधी या सर्वांनाच त्यासाठी उपस्थित राहण्याचं निमंत्रण दिलं.

महायज्ञाचा दिवस उजाडला. सभामंडपात दक्षाचं आगमन होताच उपस्थितांपैकी सर्व जण त्याच्या स्वागतासाठी आदरपूर्वक उठून उभे राहिले. अपवाद फक्त ब्रह्मदेव आणि शंकर यांचा.

दक्ष संतप्त झाला. देव असला म्हणून काय झालं? शंकर त्याचा जावई होता. परंतु दक्षाच्या आगमनानंतर इतरांबरोबर उठून उभं न राहता जागच्या जागी बसून राहून शंकरानं सर्वांसमोर त्याचा अपमानच केला होता. निदान राजा दक्षानं तरी स्वतःचा तसाच समज करून घेतला.

या घटनेला काही महिने लोटले. दक्षानं आणखी एक महायज्ञ केला. मात्र या

खेपेस त्यानं शंकर आणि दाक्षायणी यांना त्याचं निमंत्रण दिलंच नाही. आपल्या इतर सर्व बहिणी त्या यज्ञासाठी पितृगृही जायला निघालेल्या पाहून दाक्षायणी आपल्या पतीला म्हणजेच शंकराला म्हणाली, "मलासुद्धा यज्ञासाठी माझ्या वडिलांच्या घरी जायचंय. तुम्ही माझ्याबरोबर याल ना?"

त्यावर भगवान शंकर स्मितहास्य करून म्हणाले, "असं निमंत्रणाखेरीज कुणाच्याही घरी जाऊ नये- अगदी आपल्या वडिलांच्या घरीसुद्धा."

त्यावर ती जराशा रागानंच म्हणाली, "मुलीला आपल्या पित्याच्या घरी जायला काही निमंत्रण लागत नाही."

"ठीक आहे," भगवान शंकर म्हणाले. "पण तुला एका गोष्टीची आधीच कल्पना देतो. कदाचित तुझे वडील माझ्याविषयी रागानं चार शब्द बोलतील. तू मनानं फार चांगली आहेस. निष्ठावान आहेस. त्यामुळे आपल्या पतीविरुद्ध कुणी बोललेलं तुला सहन होणार नाही. तुला वाईट वाटेल. त्यामुळे तुला तिथे खूप सांभाळून राहावं लागेल. मी जरी तुझ्यासोबत तिकडे येत नसलो, तरी प्रिये, माझे आशीर्वाद तुझ्या पाठीशी आहेत."

दाक्षायणीनं काही भेटवस्तू घेतल्या आणि शंकराचं वाहन असलेल्या पांढऱ्या शुभ्र नंदीला सोबत घेऊन ती पितृगृही निघाली.

दक्षाला दुरून आपली मुलगी दाक्षायणी येत असलेली पाहून तो मोठ्यांदा म्हणाला, "मी तुला निमंत्रण केल्याचं मलातरी आठवत नाही आणि तुझा तो उद्धट पती? तोही नंतर इकडे येणार आहे का?"

आपल्या पित्याचे ते शब्द ऐकून खरं म्हणजे दाक्षायणीचा क्रोध अनावरच झाला होता, पण संयम बाळगून मोठ्या प्रयत्नपूर्वक एक शब्दही न बोलता ती शांत राहिली.

यज्ञाला प्रारंभ झाला, पण दक्षाचं शंकराची हेटाळणी करणं अजूनही सुरूच होतं. "प्रिय कन्ये जा; तू तुझ्या पतीकडे परत जा. नाहीतरी आपल्या स्वतःच्या पित्यापेक्षा पतीवरचं तुझं प्रेम अधिक आहे. मागच्या वेळी त्यानं माझा कसा अपमान केला होता, ते मी अजून विसरलेलो नाही. इथून पुढे माझ्या घरात तुमचं कधीच स्वागत होणार नाही."

अशाच प्रकारे तो आणखी अपमानास्पद रीतीनं आपल्या मुलीची आणि जावयाची निर्भर्त्सना करतच राहिला. दाक्षायणीला ते सहन करणं कठीण होऊ लागलं. तिनं डोळे मिटून आपल्या पतीची आराधना केली, "स्वामी, मी तुमचं न ऐकता इकडे येऊन फार मोठी चूक केली. तुमचं म्हणणं योग्यच होतं. माझ्या वडिलांनी आज इथे जे वाक्ताडन केलं, त्याचे वण माझ्या मनावर खोलवर उमटले आहेत. मी आता जगू शकत नाही." मग तिनं समोरच्या धगधगत्या यज्ञकुंडात उडी

टाकली. ती अग्नीला प्राण समर्पण करून सती गेली.

सभामंडपात भयाण शांतता पसरली. आपल्या डोळ्यांसमोर असं काहीतरी अघटित घडलेलं पाहून सर्व उपस्थित भयभीत झाले.

आपल्या पत्नीच्या प्राण समर्पणाबद्दल ऐकून शंकरानं दुःखावेगानं प्रचंड किंकाळी फोडली. त्यामुळे संपूर्ण पृथ्वी कंपित होऊन उठली. संतापाच्या भरात त्यानं वीरभद्र नावाच्या एका अवताराला निर्माण केलं. त्याच्यासाठी प्रचंड मोठी सेनासुद्धा निर्माण केली. दक्षानं सुरू केलेला महायज्ञ ताबडतोब थांबवण्याची आज्ञा त्यानं वीरभद्राला केली. या कामात जो कुणी आडकाठी करेल, त्याचा तिथल्या तिथे काटा काढण्यास त्याला सांगितलं.

एवढं करूनसुद्धा शंकराचा क्रोध व दुःख काही कमी होईना. मग त्यानं आपलं सर्वनाशी तांडव नृत्य सुरू केलं. त्याच्या पदन्यासाबरोबर धरणीकंप होऊन चराचर सृष्टी हादरली. लोक सैरावैरा धावू लागले. आता जगाचा लवकरच अंत होणार अशी सर्वांना भीती वाटू लागली; परंतु शंकर आपलं तांडव थांबवण्यास तयार नव्हता.

इकडे वीरभद्रानं व त्याच्या सेनेनं यज्ञाच्या ठिकाणी जाऊन विध्वंस सुरू केला. दक्षाच्या मदतीला धावून आलेल्या राजांचा व ऋषीमुनींचा निःपात करत अखेर त्यानं दक्षाचा शिरच्छेद केला. भयभीत झालेल्या लोकांनी ब्रह्मदेवाचा धावा सुरू केला. अखेर ब्रह्मदेवानं हस्तक्षेप करून शंकराची समजूत काढली. त्यानं दक्षाला माफ करावं आणि विस्कटलेली घडी परत बसवून सारं काही सुरळीत करावं, अशी त्याला विनंती केली.

अखेर शंकर शांत झाला. त्याच्या अंतरीची करुणा जागृत झाली. त्यानं दक्षाचे प्राण परत आणून त्याला जिवंत केलं. परंतु त्यानं त्याच्या धडाला एका बकऱ्याचं डोकं चिकटवलं. दक्षानं आपलं पातक कधीही विसरू नये, म्हणून त्यानं हे केलं. दक्षानं शंकराच्या पायावर लोळण घेतली. उर्वरित आयुष्य शंकराची भक्ती करत काढण्याचा त्यानं निश्चय केला.

सर्व विस्कटलेली घडी पूर्ववत बसल्यावर भगवान शंकर अंतर्मुख होऊन ध्यानस्थ बसले. तेव्हापासून दाक्षायणीला सर्व जण 'सती' म्हणून ओळखू लागले.

पार्वतीच्या जन्माची कथा

तारक हा एक महाशक्तिशाली राक्षस असून, तो ब्रह्मदेवाचा निस्सीम भक्त होता. एक दिवस त्याने घोर तपश्चर्येस प्रारंभ केला. तो दीर्घ काळ एका पर्वतावर तपश्चर्येसाठी जाऊन बसला. तारकाच्या तपश्चर्येने प्रसन्न झालेला ब्रह्मदेव त्याच्यासमोर प्रकट झाला.

"हे देवा!" तारक रुदन करत म्हणाला, "आज माझ्या जीवनाचं सार्थक झालं. आज मला तुमचं दर्शन घडलं."

ब्रह्मदेव मंद स्मित करत त्याला म्हणाला, "बोल, तुझी काय इच्छा आहे?"

"मला अमर व्हायचं आहे." तारक म्हणाला.

"प्रिय भक्ता, एक लक्षात घे. मी अशा प्रकारचं वरदान तुला देऊ शकत नाही. त्याऐवजी तू दुसरं काहीतरी माग."

त्यावर जरा वेळ विचार करून तारक म्हणाला, "परमेश्वरा, मला जर मृत्यू येणारच असेल, तर तो इतर कुठल्याही देवाच्या अथवा मनुष्याच्या हातून येऊ नये, अशी माझी इच्छा आहे. त्यापेक्षा मला शंकराच्या पुत्राच्या हातून मरण येऊ दे. ते मला मान्य आहे." पत्नी दाक्षायणी हिच्या मृत्यूनंतर शंकर इतक्या शोकाकुल अवस्थेत होता, की दुसऱ्या कुणाशी विवाह करण्याची कल्पना त्याच्या मनातही येणं शक्य नव्हतं, हे तारकाला पूर्णपणे माहीत होतं. त्यामुळे ब्रह्मदेवाकडून एकदा हा वर मिळाल्यावर मृत्यूची देवता म्हणजेच यम त्याला स्पर्शही करू शकणार नव्हता. तो जवळजवळ अमरच झाला असता.

तारकाच्या मनात काय चाललं होतं ते ब्रह्मदेवाला कळून चुकलं. तरीही तो म्हणाला, "ठीक आहे. मग तसंच होईल."

तारकाची तपश्चर्या सफल झाली. त्या पर्वतावरून तो खाली उतरला आणि आपल्या घरी परत गेला. त्यानंतर पुढच्या काही दिवसांतच त्याने स्वतःची बलाढ्य

सेना निर्माण केली. त्या सेनेच्या प्रमुखपदी त्याने दोन सेनापतींचीही नेमणूक केली. मग तो एका मागोमाग एक प्रदेश पादाक्रांत करत सुटला. त्यानं अनेक राजांना पराभूत करून त्यांची राज्यं बळकावली. सर्व जगभर उत्पात माजवून मनुष्यप्राण्यांबरोबर देवांनासुद्धा त्यानं सळो की पळो करून सोडलं. त्यानं सर्वांचा इतका छळ आरंभला, की सर्व जण हवालदिल होऊन भगवान विष्णूंची प्रार्थना करू लागले.

त्यांच्या विनवण्या भगवान विष्णूंच्या कानी पडल्या. "आता शंकर आणि पार्वतीचा पुत्रच या तारकाच्या विनाशास कारणीभूत ठरेल." तो म्हणाला.

हिमावत ऊर्फ पर्वतराज हा हिमालयाचा राजा होता. त्याच्या पत्नीचं नाव होतं मेनका. तिची एक इच्छा होती. तिला एक मुलगी हवी होती, जी मोठी होऊन भगवान शंकराची पत्नी व्हावी, अशी तिची मनापासून इच्छा होती. दाक्षायणीची कहाणी ऐकल्यावर एक गोष्ट मेनकेला कळून चुकली. ही आपल्याच पोटी जन्म घेणार, अशी तिची मनोमन खात्री पटली. तिनं ध्यानस्थ बसून आपल्या पोटी कन्या जन्माला यावी यासाठी प्रार्थना सुरू केली. आपल्या नशिबात हेच घडणार, असा तिचा गाढ विश्वास होता.

मेनकेनं काही काळानंतर एका सुंदर मुलीला जन्म दिला. तिचं नाव उमा. उमा ही पर्वतराजाची मुलगी असल्यानं लोक तिला पार्वती म्हणून ओळखू लागले. तिच्या वडिलांचं आणखी एक नाव हिमावत असल्यामुळे तिला 'हिमानी' असंही संबोधण्यात येऊ लागलं. पर्वतराजाची कन्या म्हणून तिचं 'गिरिजा' असं नावसुद्धा पडलं किंवा पर्वतांमध्ये तिचा जन्म झाला असल्याने कुणी तिला शैलजा म्हणू लागले.

पार्वती खूप सुंदर होती. अत्यंत गोड, मृदू स्वभावाची होती. बालपणापासूनच ती कट्टर शिवभक्त होती. ती वयात आल्यावर तिनं शंकराचा ध्यासच घेतला. अहोरात्र ती फक्त त्याचाच विचार करे, त्याच्याबद्दलच बोलत राही. तिच्या सौंदर्याची व बुद्धिमत्तेची ख्याती सर्वदूर पसरली होती. तिला मागणी घालण्यासाठी दूरदूरचे राजे, महाराजे येत होते. परंतु शिवाखेरीज इतर कुणालाही आपला पती मानण्यास पार्वती तयारच नव्हती.

सगळे देव उत्सुकतेनं सर्व काही निरखत होते. शिव-पार्वतीचा विवाह होऊन त्यांना पुत्रप्राप्ती कधी होते आणि तो पुत्र दुष्ट तारकाचं निर्दालन कधी करतो, याची सगळे वाटच पाहत होते.

भगवान शंकर कैलास पर्वतावर ध्यानमग्न अवस्थेत बसून होते. बाहेरच्या जगात काय चालू आहे, याची त्यांना काहीही कल्पना नव्हती. आपल्या आई-वडिलांच्या काळजीला न जुमानता पार्वतीनं सरळ कैलासावर प्रस्थान केलं. तिथे ध्यानस्थ बसलेल्या शंकराची ती मनोभावे सेवा करू लागली. ती रोज त्याच्या आजूबाजूचा परिसर स्वच्छ करून ठेवत असे. शंकरासाठी ती रानातून फळं घेऊन

येत असे. ती त्याच्यासाठी फुलांचे हार बनवत असे. भगवान शंकर आपलं ध्यान संपवून जेव्हा डोळे उघडतील, तेव्हा आपण त्यांच्या दृष्टीस पडलं पाहिजे, या विचारानं ती क्षणभरही त्यांच्या समोरून हलत नसे. त्यांनी डोळे उघडून आपल्याला पाहिलं, की आपला त्यांच्याशी विवाह होईल, असा तिचा गाढ विश्वास होता.

सर्व देवसुद्धा त्या क्षणाची वाट पाहत होते. कधी एकदा शंकराचं ध्यान समाप्त होतं, असं त्यांना झालं होतं.

असे कितीतरी दिवस, महिने, वर्षं लोटली; पण शंकर भगवान त्यांच्या त्या समाधी अवस्थेतून बाहेर पडण्याचं कोणतंही चिन्ह दिसत नव्हतं. त्यांनी जर डोळेच उघडले नाहीत, तर पार्वती त्यांच्या दृष्टीस पडणार तरी कशी? याचा अर्थ त्यांचा विवाह कधीच होणार नाही आणि त्यांना पुत्रही होणार नाही आणि तारकाची दुष्कर्मं जर अशीच चालू राहिली, तर लवकरच या जगाचाच अंत ओढवण्याची शक्यता होती.

शेवटी यात आपणच हस्तक्षेप करायचा, असं देवांनी ठरवलं. संपूर्ण जगाचा विनाश होण्याची चिन्हं दिसत होती. काहीतरी करून भगवान शंकराच्या समाधीचा भंग तर करायलाच हवा होता, पण हा धोका पत्करणार कोण? जर कुणी भगवान शंकराची समाधी भंग करू धजलंच आणि कोपिष्ट शंकर भगवानांनी त्याची राख करून टाकली तर? त्यांचा क्रोध कसा असतो, याची सर्वांनाचा कल्पना होती. जर काही कारणानं शंकराला क्रोध अनावर होऊन त्यानं आपला तृतीय नेत्र उघडला, तर मग त्याच्या दृष्टिपथात येणारं सर्व काही जळून खाक होईल, अशी त्यांना भीती वाटत होती.

पण तरीही कुणीतरी ते काम करायला हवंच होतं. मग देव भगवान विष्णूंकडे गेले. आता त्यांनीच काहीतरी मध्यस्थी करून यातून काय तो तोडगा काढावा, अशी विनंती त्यांनी भगवान विष्णूंना केली. "काहीही झालं तरी भगवान शंकरांचा पार्वतीशी विवाह होईल, अशी तुम्ही तजवीज कराच देवा!" भगवान विष्णूंची करुणा भाकून सगळे देव म्हणाले.

"ठीक आहे. आता बघू या कायकाय होतं ते." गूढ हसत भगवान विष्णू म्हणाले.

भारताचा मदन

मन्मथ आणि रती हे दोघं म्हणजे चिरंतन प्रेमाचं प्रतीक असलेले देव. ही एक अत्यंत सुंदर जोडी होती. वसंत ऋतूमध्ये त्या दोघांमधील प्रेमभावनेला बहर यायचा. फुलं, कळ्या, कोकीळ पक्षी, रावे, मधुमक्षिका आणि हिरवेगार वृक्ष हे या दोघांचे क्रीडेमधले साथी-सोबती होते.

एक दिवस मन्मथाचे पिताजी भगवान विष्णू यांनी त्याला आपल्या गृही बोलावून घेतलं. ते त्याला म्हणाले, "मन्मथा, आज मी तुझ्यावर एक कठीण कामगिरी सोपवणार आहे. भगवान शंकराला त्याच्या समाधी अवस्थेतून जागृत करण्याची क्षमता सर्व देवदेवतांमध्ये फक्त तुझ्यात आहे. एकदा तू ही कामगिरी पार पाडलीस, की त्यांची नजर लावण्यवती पार्वतीवर पडेल. तू प्रणयाचा देव असल्यामुळे तू भगवान शंकरावर त्याच क्षणी तुझा बाण चालव, म्हणजे ते पार्वतीच्या प्रेमात पडतील."

त्यावर जरासा घाबरलेला मन्मथ म्हणाला, "पिताजी, तुम्ही तर मला आगीशीच खेळायला सांगत आहात. भगवान शंकर हे काय साधेसुधे देव आहेत का? ते तर विनाशाचे देव आहेत. विध्वंसाचे देव आहेत. शिवाय ते तर अत्यंत कोपिष्ट आहेत आणि यदाकदाचित जर त्यांनी त्यांचा तृतीय नेत्र उघडलाच, तर काय परिस्थिती ओढवेल याची तुम्हाला कल्पना आहे. दाक्षायणीने अग्निसमर्पण केल्यावर भगवान शंकरांनी केलेलं तांडव नृत्य तुम्हाला आठवतंय ना? त्या वेळी त्यांना शांत करणं तुम्हालासुद्धा जमलं नव्हतं. ते तर संपूर्ण जगाचाच संहार करायला निघाले होते. ब्रह्मदेवांनी त्यांना वेळीच थांबवलं, म्हणून बरं झालं. मग समजा, त्यांचा माझ्यावर कोप झाला, तर त्यासमोर मी कसा काय टिकाव धरू शकणार? माझ्यावर जर का

टीप : काही ठिकाणी मन्मथ हा ब्रह्मदेवाचा मुलगा असल्याचाही उल्लेख आढळतो.

त्यांचा क्रोध ओढवला, तर माझा शेवटच होईल. तेव्हा मला या जबाबदारीतून मुक्त करा.'' त्यावर भगवान विष्णू जरा कठोर स्वरात म्हणाले, ''मन्मथा, भगवान शंकर कधीकधी क्रोधाच्या भरात भीतीदायक वागतात हे जरी खरं असलं, तरी ते मूळचे अत्यंत कनवाळू आणि प्रेमळ आहेत, हे तू विसरू नको. त्यांनी आपल्या श्वशुरांना क्षमा केली आणि पुन्हा जीवित केलं. त्यांना स्वतःला कितीही त्रास झाला, तरी आपल्या भक्तांना वरदान देणारे ते एकमेव देव आहेत. त्यांचं त्यांच्या भक्तांवर निरतिशय प्रेम असतं. समजा तुझ्या बाबतीत काही दुर्दैव ओढवलंच, तरी त्यातून तुला तेच सुखरूप बाहेर काढतील आणि ही काही लहानसहान गोष्ट नाही. ते या संपूर्ण जगाचे भाग्यविधाते आहेत.''

पण तरीही मन्मथ आणि रती हे काम करण्यास मनातून घाबरलेलेच होते.

''हे बघ, हे तुझं कर्तव्य आहे,'' भगवान विष्णू म्हणाले. ''तो तारक नावाचा असुर संपूर्ण जगात विध्वंस करत सुटला आहे. त्यानं सर्वत्र नुसता उत्पात माजवला आहे. त्याच्यासमोर उभं ठाकण्याची कोणामध्येही हिंमत नाही. मन्मथा, तू जर भगवान शंकरांना तुझ्या सामर्थ्यानं पार्वतीच्या प्रेमात पाडलं नाहीस, तर त्या दोघांचा विवाह तरी कसा होणार? या तारकाचा मृत्यू शंकर आणि पार्वतीच्या पुत्राच्या हातून होणार हे विधिलिखित आहे; पण त्यासाठी त्या दोघांचा आधी विवाह तर झाला पाहिजे ना? आता हा असुर तारक असाच प्रत्येक सजीव प्राण्याचा छळ करत राहील आणि या गोष्टीला फक्त तूच जबाबदार असशील.''

आता भगवान विष्णूंच्या म्हणण्याला मान तुकवण्यावाचून आपल्यापुढे काहीही पर्याय उरलेला नाही, हे मन्मथाला कळून चुकलं.

तो रतीला बरोबर घेऊन अत्यंत नाइलाजानं कैलास पर्वताकडे निघाला. ते तिथे पोहोचले, तेव्हा ध्यानस्थ भगवान शंकरांकडे प्रेमभरे एकटक पाहत बसलेली पार्वती त्यांना दिसली. मात्र शंकर आपल्या समाधीत पूर्णपणे मग्न असल्यानं त्यांना पार्वतीच्या अस्तित्वाची जाणीवसुद्धा नव्हती.

मग मन्मथ कामाला लागला. त्यानं आपल्या सर्व सवंगड्यांना मदतीसाठी पाचारण केलं. त्याचं वाहन असलेला रावा, गुणगुणत इकडे-तिकडे उडणाऱ्या मधुमाक्षिका आणि ऋतुराज वसंत, असे सर्व जण त्याच्या मदतीला धावून आले. क्षणार्धात रखरखीत, थंडगार कैलास पर्वतावर वसंत ऋतू फुलला. बर्फ वितळला. निळ्याशार पाण्याचे झरे सुमधुर नाद करत वाहू लागले. झाडांची हिमाच्छादित पानं लालसर हिरवट रंगात खुलून दिसू लागली. सूर्यप्रकाशात चमकू लागली. पक्ष्यांच्या मधुर कूजनानं सारा आसमंत भरून गेला. कळ्या उमलल्या. सर्वत्र सुगंधाची उधळण झाली. सगळं वातावरण प्रणयासाठी अगदी योग्य होतं.

पण तरीही काहीही घडलं नाही. भगवान शंकरांना आजूबाजूच्या बदलेल्या

परिस्थितीची काहीच जाणीव झाली नाही.

पण रती आणि मन्मथ काही एवढ्यात हार मानायला तयार नव्हते. ते दोघंही श्रेष्ठ दर्जाचे नर्तक होते. त्यामुळे त्या दोघांनी ध्यानस्थ बसलेल्या शंकरासमोर लालित्यपूर्ण पदन्यास सुरू केला.

परंतु शंकर मात्र रेसभरही विचलित झाला नाही.

पार्वतीच्या मनावर मात्र त्या निसर्गसौंदर्याचा त्या उल्लसित वातावरणाचा खूप परिणाम झाला. ती मंत्रमुग्ध झाली. भगवान शंकरांनी त्यांचे डोळे उघडावे म्हणून तिनं मनापासून प्रार्थना करण्यास सुरुवात केली.

असे कित्येक दिवस लोटले; पण परिस्थितीत काहीच बदल झाला नाही.

मन्मथ मात्र आता फार अस्वस्थ होत चालला होता. त्यानं योजलेल्या उपायांचा काहीच उपयोग होत नव्हता. यश येत नव्हतं. अखेरचा उपाय म्हणून त्यानं उसापासून बनवलेलं आपलं धनुष्य उचलून पाच फुलांपासून बनवलेले बाणही हाती घेतले. प्रत्येक बाणाच्या टोकावर एक एक फूल लावलेलं होतं. पांढरं कमळ, निळं कमळ, मोगरा, आंब्याचा मोहर आणि अशोक वृक्षाचं फूल. हे बाण अत्यंत सामर्थ्यशाली होते. यातला एकही बाण कुणाला लागताच ती व्यक्ती आपल्या निकटच्या दुसऱ्या व्यक्तीच्या तत्क्षणीच प्रेमात पडत असे.

मन्मथानं तर पाचही बाण भगवान शंकरांवर सोडले. शंकरांच्या कायेला हळुवार स्पर्श करून ते बाण लगेच जमिनीवर पडले. फडफड करत भगवान शंकराच्या पापण्या उघडल्या. त्यानंतर मात्र ते एकटक नजरेनं समोर पाहू लागले. त्यांच्या नजरेत क्रोधाचे अंगार फुलले होते. माझी समाधी भंग करण्याचं साहस कुणी केलं? त्यांच्या मनात विचार आला.

त्यानंतर त्यांची नजर मन्मथावर पडली. तो स्मितहास्य करत त्यांच्याचकडे पाहत होता. त्यांनीही त्या हास्याला प्रतिसाद द्यावा, असं त्याला वाटत होतं. भगवान शंकर एक शब्दही न बोलता नुसते स्तब्ध बसून होते. आपल्या बाणांचा परिणाम होऊ लागला आहे, असं मन्मथाला वाटलं; परंतु तसं झालं मात्र नाही. मन्मथाच्या चेहऱ्यावरचं स्मितहास्य पाहून भगवान शंकरांचा क्रोध आणखी वाढला. क्रोध अनावर होऊन त्यांनी आपला तृतीय नेत्र उघडला. भगवान शंकरांनी आपला तृतीय नेत्र केवळ एकदाच उघडला होता, असं म्हणतात. हाच तो क्षण होता.

क्षणार्धात मन्मथाची तर राखरांगोळीच झाली. धुमसत्या राखेचा तो ढीग पाहताच शंकर शांत झाले. त्यांनी तो तिसरा डोळा मिटून घेतला. ते जागेवरून उठून चालत कुठेतरी निघाले. ना त्यांनी तिथे उभ्या असलेल्या पार्वतीला पाहिलं, ना रतीला. त्यांची समाधी भंग झाल्यामुळे ते फार अस्वस्थ झाले होते. त्यांचं मन कशातच लागत नव्हतं. त्यांची तपश्चर्या अर्धीच राहिली होती. बिचारा देखणा

मन्मथ- प्रणयाचा देव. त्याचं आयुष्य तर विनाकारणच संपुष्टात आलं होतं. त्याचा त्याग तर वायाच गेला होता.

रती शोकविव्हल अवस्थेत जमिनीवर कोसळली. ती हमसाहमशी रडत म्हणाली, "पतीदेव, खरं तर आपण नेहमीच एकत्र असायला हवं, आपण कधीच एकमेकांपासून वेगळे होऊन राहू शकणार नाही. मी तुमच्याविना कशी राहू? भगवान शंकरांनी माझीही का नाही राखरांगोळी करून टाकली?"

पार्वतीनं रतीकडे धाव घेतली. तिचं सांत्वन करण्याचा आपल्या परीन खूप प्रयत्न केला. तिच्या स्वतःच्या मनातसुद्धा संमिश्र भावनांचा नुसता कल्लोळ झाला होता. त्या राखरांगोळी होऊन पडलेल्या मन्मथाच्या पायाशी तिनं लोळण घेतली. तिला मदत करण्यासाठी धावून आलेल्या मन्मथाला स्वतःचे प्राण गमवावे लागले होते. शिवाय तिनं भगवान शंकरांची इतक्या निष्ठेनं आराधना केली होती, पण त्यांनी मात्र तिच्याकडे साधा कटाक्षही टाकला नव्हता. तिची दखलसुद्धा घेतली नव्हती. त्यांच्या लेखी तर ती अस्तित्वातसुद्धा नव्हती. पार्वतीला या गोष्टीचा खूप अपमान वाटला.

मग पार्वतीनं मनोमन एक निश्चय केला- 'आपण यापुढे भगवान शंकरांच्या प्राप्तीसाठी प्रयत्नच करायचे नाहीत. त्यांचा पाठपुरावा तर मुळीच करायचा नाही. एक दिवस असा उजाडेल, की ते स्वतःच आपल्याकडे येतील.' त्याचबरोबर तिनं असाही निर्धार केला, की भगवान शंकर आपल्याकडे आपण होऊन येईपर्यंत आपण घोर तपश्चर्या करायची.

एकदा मनाचा असा दृढनिश्चय झाल्यावर पार्वती कैलास पर्वत सोडून निघाली.

इकडे निराश आणि मनोमन उद्ध्वस्त झालेल्या रतीनं भगवान विष्णूंची करुणा भाकली. ती म्हणाली, "पिताजी, तुम्हीच आमचा आधार आहात. तुम्ही आमची काळजी सतत घ्याल, असं आम्हाला कबूल केलं होतं. आता आम्हाला तुमची गरज आहे."

भगवान विष्णू तत्क्षणी रतीसमोर प्रकट झाले. घडल्या घटनेचा त्यांनासुद्धा धक्का बसला होता. ते खचून गेले होते. निराश झाले होते. "बाळा, तू काळजी करू नको. मी मन्मथाला जिवंत करेन. फक्त तो आता तुला मानवी रूपात दिसणार नाही. लोकांच्या मनातील भावनांमधून त्याचा जन्म होईल. तू आणि तो इथून पुढे कधीच विलग होणार नाही. जेव्हा कधी कोणत्याही व्यक्तीच्या मनात प्रेमभावना उमलून आली, की तुझा आणि मन्मथाचा त्यातून उदय होईलच. फक्त आता त्याला कुणीही मन्मथ म्हणून न ओळखता मनोज म्हणूनच सगळे ओळखतील. 'मनोज' याचा अर्थ ज्याचा मनातून जन्म झाला आहे असा. त्याचे आणखी एक नाव अनंग असेही असेल. त्याचा अर्थ ज्याने देह धारण केलेला नाही असा. हे सर्व जग तुम्ही केलेला

त्याग, तुमचं समर्पण कधीच विसरणार नाही.''

या प्रसंगाचं म्हणजे मन्मथाच्या आगीत भस्मसात होऊन जाण्याच्या घटनेचं नातं होळीच्या सणाशी आहे. अनेकदा होळीच्या दुसऱ्या दिवशी पावसाची झिमझिम सुरू होते. हा पाऊस म्हणजे शोकाकुल रतीनं आपल्या पतीच्या निधनानंतर ढाळलेले अश्रू आहेत, असं मानण्यात येतं.

टीप : होळी म्हणजेच होलिकोत्सव साजरा करण्याच्या परंपरेचा संबंध दैत्यांचा राजा भक्त प्रल्हाद याच्याशीसुद्धा जोडण्यात येतो.

जन्मोजन्मीच्या गाठी

पार्वती अत्यंत निर्धारानं तपश्चर्येला बसली. तिने अन्नाचा त्याग केला. ती रात्रंदिवस नामस्मरणात मग्न असे. त्यामुळेच तिचं 'अपर्णा' हे नाव पडलं. अपर्णा याचा अर्थ झाडाचं पानसुद्धा ग्रहण करण्यास नकार देणारी. दर दिवसागणिक तिची तपश्चर्या अधिकच कठोर होत चालली होती. संपूर्ण जगाचं लक्ष आता तिच्या त्या तपश्चर्येकडे लागून राहिलं होतं. जसजशी वर्षं जात होती, तसतशी या घनघोर तपश्चर्येमुळे पार्वतीची शक्ती अधिकाधिक वृद्धिंगत होत होती.

दरम्यानच्या काळात या सर्व घटनांची माहिती भगवान शंकरांच्या कानावर आली. पार्वतीची आपल्यावरची भक्ती आणि आपण तिच्याकडे केलेलं दुर्लक्ष, याविषयीही भगवान शंकरांना कळून चुकलं. पार्वती ही कुणी यःकश्चित मर्त्य स्त्री नाही, याची त्यांना खूणगाठ पटली. त्यामुळे तिच्या आपल्यावरच्या भक्तीची परीक्षा पाहायची त्यांनी ठरवलं.

मग शंकर बैराग्याचा वेश करून भिक्षा मागण्यासाठी पार्वतीकडे गेले. पार्वती त्या वेळी ध्यानमग्न अवस्थेत बसलेली असूनसुद्धा त्या बैराग्याचं अस्तित्व तिला जाणवलं. तिनं आपले डोळे उघडताच तिची नजर त्याच्यावर पडली; पण ते खुद्द भगवान शंकर आहेत, हे काही तिला समजलं नाही. तरीही तिच्याजवळ जे काही होतं, ते सर्वच्या सर्व तिनं त्याच्या झोळीत भिक्षा म्हणून घातलं. भिक्षा स्वीकारत असताना बैरागी तिला म्हणाला, "तू ही तपश्चर्या कशासाठी करत आहेस?"

"भगवान शंकरांसाठी मी ही तपश्चर्या करत आहे," ती म्हणाली, "मला त्यांच्याशी विवाह करायचा आहे."

"पण बेटा, त्या शंकराची तुझ्याशी विवाह करण्याची योग्यताच नाही," तो बैरागी म्हणाला, "कडाक्याच्या थंडीत काळोख्या कैलास पर्वताच्या शिखरावर त्या शंकराचं नेहमी वास्तव्य असतं. कधीकधी तर तो स्मशानातसुद्धा भटकत असतो.

तू तर इतकी सुंदर, इतकी कोमल आणि त्याचा अवतार इतका घृणास्पद. तो अंगाला राख फासून हिंडतो, गळ्यात कवट्यांची माळ घालतो. तू इतकी नाजूक आणि तो गबाळा, अस्वच्छ. तुझा स्वभावसुद्धा किती मधुर, किती मृदू. शंकर तर त्याच्या कोपिष्ट स्वभावासाठी प्रसिद्धच आहे. त्याचा आणि तुझा जोडा अजिबात शोभणार नाही. तू स्वतःसाठी एखादा कनवाळू, उमदा आणि दिसायला देखणा वर शोध. तो तुला जपेल, तुझा नीट सांभाळ करेल. तू माझा सल्ला ऐक आणि ही तपश्चर्या आता थांबव. तू तुझं पूर्वीचं सुंदर आयुष्य जगण्यास पुन्हा सुरुवात कर.''

संन्याशाच्या तोंडचे ते शब्द ऐकून पार्वती संतप्त झाली. ''तुम्ही माझ्याकडे येऊन भिक्षा मागितलीत. माझ्याकडे होतं नव्हतं ते सर्व काही मी तुमच्या झोळीत टाकलं. आता तुम्ही तुमच्या वाटेनं निघून जावं, हे बरं. भगवान शंकरांचा आत्मा कसा आहे, ते मला माहीत आहे. उत्तमोत्तम अलंकारांची आणि वस्त्रप्रावरणांची त्यांना काहीही क्षिती नाही. एवढंच काय, पण कुणी त्यांच्या नावे षोडषोपचारे पूजाअर्चा करावी, अशीही त्यांची कधीच अपेक्षा नसते. त्यांच्या भक्तानं त्यांना बिल्वपत्रं आणि पाणी जरी अर्पण केलं, तरी त्यावर ते तृप्त असतात. सर्व देवदेवतांमध्ये सर्वाधिक कनवाळू तेच आहेत. ते आपल्या भक्तांना जे काही वचन देतात, ते नेहमीच पूर्ण करतात; मग तो कोण, कुठला याच्याशी त्यांना काहीही देणं घेणं नसतं. मला क्षमा करा; पण या बाबतीत तरी मला तुमच्या सल्ल्याची मुळीच गरज नाही.''

बैराग्यानं तिच्या रागाकडे, तिच्या शब्दांकडे मुळीच लक्ष न देता आपला उपदेश चालूच ठेवला. तो म्हणाला, ''बेटा, अगं त्या शंकरानं कशा पद्धतीनं त्या बिचाऱ्या मन्मथाची जाळून राख करून टाकली. तुला तरी ते पटलं का?''

''हे पहा साधू महाराज, मी आता तुमचं हे बोलणं ऐकू शकत नाही. तेव्हा तुम्ही इथून निघून जाता की मी जाऊ?'' पार्वती म्हणाली.

ती तिथून जाण्यासाठी उठली इतक्यात तिच्यासमोरून विजेचा लोळ चमकून गेला आणि क्षणार्धात खुद्द भगवान शंकर तिथे प्रकट झाले. ते तिला म्हणाले, ''प्रिय पार्वती, मगाशी मी इथे जे कठोर शब्द उच्चारले, त्याबद्दल तू मला क्षमा कर. आधी मला तू दिसली नाहीस, तुझं अस्तित्व माझ्या लक्षात आलंच नाही. यात खरं तर माझंच नुकसान झालं. पण आता मात्र तू नक्की कोण आहेस, ते मला स्पष्ट कळून चुकलं आहे. तू तर माझी दाक्षायणी आहेस, माझी प्रिय पत्नी. आपण दोघं एकमेकांसाठीच बनलो आहोत. जन्मोजन्मी आपण एकमेकांचेच राहू. तू माझ्याशी विवाह करून जन्मोजन्मी माझी पत्नी बनून राहण्यास तयार आहेस ना?''

पार्वतीनं हसून त्यांच्या प्रस्तावाचा स्वीकार केला.

ही बातमी जेव्हा जगात सर्वत्र पसरली, तेव्हा सर्वांच्या आनंदाला उधाण आलं.

शिव-पार्वतीचा विवाहसोहळा मोठ्या थाटामाटात पार पाडला. या सोहोळ्यालाच 'गिरिजाकल्याण' असं म्हणतात.

काही काळानंतर त्या दोघांना पुत्रप्राप्ती झाली. त्यांनी त्याचं नाव कार्तिकेय ठेवलं. त्याला सहा मुखं असल्यानं त्याला षण्मुख असंही म्हणत. त्यामुळेच सहा बाजूंनी त्याच्यावर चाल करून येणाऱ्या संकटांचा तो सामना करू शकत असे.

आपला जन्म नक्की काय कार्य करण्यासाठी झाला आहे, याची कार्तिकेयाला अगदी लहान असल्यापासूनच कल्पना होती. अगदी लहान वयातच त्यानं शक्ती हे महाविध्वंसक अस्त्र वापरून तारक या असुराची हत्या केली. या कामी त्याला अनेक देवदेवतांनी साहाय्य केलं. त्यानं तारकाचे दोन भाऊ सिंहमुखम् आणि सुरदपद्मम् यांची हत्या केली. यातील सिंहमुखम् याचं पर्वतामध्ये रूपांतर झालं आणि सुरदपद्म याचा कार्तिकेयाचं वाहन मोर म्हणून पुनर्जन्म झाला.

कार्तिकेयाच्या शौर्याची गाथा दूरवर पसरली. पुढे स्वर्गस्थ देवदेवतांनी स्वर्गाच्या सेनेचा सेनापती म्हणून कार्तिकेयाची नियुक्ती केली.

अशा रीतीनं कार्तिकेयाच्या जन्माबरोबर तारकाची दुष्ट सत्ता संपुष्टात येऊन पुढे त्याचा कार्तिकेयाच्याच हातून अंतही झाला.

चंद्र आणि पर्ण

चंद्रकोरीचे मूळ

असं म्हणतात, की चंद्रदेवाचा जन्म एकूण तीन वेळा झाला. त्यामुळेच त्याला त्रिजन्मी असं म्हणतात. अगदी सर्वांत प्रथम ब्रह्मदेवानं त्याची निर्मिती केली. दुसऱ्या वेळी अत्री मुनींच्या नेत्रांमधून त्यानं जन्म घेतला. चंद्र तेजानं इतका झळाळू लागला, की त्याचा तो देदीप्यमान प्रकाश कुणाच्याही नजरेला सहन होईना. मग त्या तेजापासून या जगाला सुरक्षित राखण्यासाठी त्याला दुग्धसागरात बुडवण्यात आलं. पुढे देवांनी आणि असुरांनी केलेल्या समुद्रमंथनातून हा चंद्र बाहेर आला. त्याचा त्या वेळी पुनर्जन्म होऊन तो बंधमुक्त झाला. देवी लक्ष्मीचा बंधू म्हणून जग त्याला ओळखू लागलं.

दक्षाच्या सत्तावीस कन्यांचा विवाह चंद्रदेवांशी झाला होता. परंतु त्या सर्वांमधली चौथी पत्नी रोहिणी, ही त्याची विशेष लाडकी होती. तो जास्तीत जास्त वेळ तिच्याच सहवासात घालवायचा. मग त्याच्या इतर पत्नींना ही गोष्ट खटकू लागली. नाराज होऊन त्यांनी आपल्या पित्याकडे आपल्या पतीविषयी तक्रार केली. ते ऐकून संतप्त झालेल्या दक्षानं चंद्राला शाप दिला. ''तुझी शक्ती दिसामासागणिक क्षीण होत जाईल!'' दक्ष आपल्या स्वभावानुसार क्रोधित होऊन म्हणाला.

आपण आपल्या वडिलांकडे आपल्या पतीची हकनाक तक्रार केली, असं आता चंद्राच्या पत्नींना वाटू लागलं. त्यांना काही आपल्या पतिदेवाला शिक्षा करायची नव्हती. त्यांना फक्त पतीचं प्रेम हवं होतं; पण आपल्या पित्यानं दिलेल्या शापामुळे आपला पती दिसामासानं क्षीण होत एके दिवशी जर अदृश्य झाला, तर काय करायचं, अशी काळजी त्यांना वाटू लागली.

दक्षानं आपला हा शाप मागे घ्यावा म्हणून चंद्रानं त्याच्या कितीतरी विनवण्या केल्या; पण एकदा शापवाणीचा उच्चार झाला की तो शाप मागे घेता येत नाही.

त्यामुळे दक्ष म्हणाला, ''पुत्रा, मी तर आता हा शाप मागे घेऊच शकत नाही; पण तू शंकराची आराधना केलीस, तर तोच कदाचित तुला मदत करेल.''

चंद्राला आता किंचित आशेचा किरण दिसू लागला. मग तो प्रभास पाटण नावाच्या सुप्रसिद्ध धर्मस्थळी गेला. तेथे शिवलिंगाची स्थापना करून त्यानं शंकराची आराधना करण्यास सुरुवात केली. चंद्राच्या तपश्चर्येमुळे प्रसन्न होऊन शंकर त्याच्यासमोर प्रकट झाला. तो म्हणाला, ''चंद्रा, दक्षाच्या शापामुळे तुझी जी काही अवस्था झाली आहे, त्याची मला पूर्ण कल्पना आहे. मला त्याबद्दल तुझ्याविषयी करुणाच वाटते. मी दक्षाचा शाप तर काही मागे घेऊ शकत नाही; परंतु त्याचा परिणाम मी थोडा फार कमी करू शकेन. इथून पुढे दर महिन्याच्या शुक्ल पक्षातील १५ दिवस सतत तुझं तेज वाढत जाईल आणि नंतर कृष्णपक्षात हेच तेज प्रत्येक दिवशी कमीकमी होत जाईल. पौर्णिमेच्या दिवशी तुझ्या तेजानं हे जग उजळून निघेल; पण अमावस्येच्या दिवशी तू लुप्त होऊन जाशील.''

आपल्यामध्ये अशा प्रकारची वृद्धी आणि क्षय होत जाणार असल्याच्या कल्पनेनं चंद्र खिन्न झाला. चंद्राची कोर होणं म्हणजे सतत त्या शापाची आणि त्या शक्तीच्या ऱ्हासाची कटू आठवणच होती. परंतु शंकरानं त्याची समजूत काढली. ''बाळा, चंद्राची कोर होणं, याचा अर्थ तुझ्यात थोडीतरी शक्ती शिल्लक असल्याचंच ते द्योतक आहे. मी चंद्रकोर माझ्या जटेमध्ये धारण करीन. त्यावरून माझ्या भक्तांना हे कळेल, की त्यांच्या आयुष्यातील कोणत्याही दुर्धर प्रसंगातसुद्धा मी सतत त्यांच्याबरोबरच राहीन. त्यामुळेच तू नेहमी माझ्याबरोबर राहशील.''

त्यानंतर शंकराला चंद्रशेखर हे नाव पडलं. त्याचा अर्थ ज्याच्या शिरावर चंद्र विराजमान झाला आहे, असा.

त्याचप्रमाणे चंद्राला सर्व जण सोम म्हणून ओळखू लागले. आठवड्यातील एका वाराला त्याचं नाव म्हणजेच सोमवार हे नाव पडलं. चंद्रानं ज्या शिवलिंगाची आराधना केली होती, ते शिवलिंग जिथे आहे, त्या गुजरातमधील ठिकाणाचं सोमनाथ असं नाव पडलं. लोकांनी या स्थानाला सढळ हातानं देणग्या दिल्यामुळे त्याची खूप भरभराट झाली. पुढच्या काळात एकंदर १७ वेळा या स्थानाची लुटमार झाली. सोमनाथ येथील शिवलिंग हे भारतातील पहिलं ज्योतिर्लिंग असल्याचं मानण्यात येतं.

चंद्राच्या या सत्तावीस बायका म्हणजेच चंद्राच्या कक्षेत दिसून येणारी सत्तावीस

टीप : अमावस्या आणि पौर्णिमा यादरम्यानच्या १५ दिवसांच्या कालखंडास शुक्ल पक्ष असे म्हणतात.

पौर्णिमा आणि अमावास्येदरम्यानच्या १५ दिवसांच्या कालखंडास कृष्ण पक्ष असे म्हणतात.

नक्षत्रं होत. यांपैकी कृत्तिका, रोहिणी, अश्विनी व इतर काही नक्षत्रं हिंदू पंचांगामध्ये महत्त्वपूर्ण भूमिका बजावतात.

बिल्वपत्राचे मूळ

पार्वती स्वभावानं अत्यंत कनवाळू आणि प्रेमळ होती. शिवाय ती पर्वतकन्या होती. म्हणूनच मंदार नावाचा पर्वत तिचा निस्सीम भक्त होता. पार्वती आपले पती शंकर यांच्यासमवेत जरी कैलास पर्वतावर वास्तव्य करून असली, तरी कधी ना कधीतरी तिचे पाय आपल्या पर्वतांना लागायला हवेत, असं मंदारला वाटायचं.

एक दिवस शंकर आणि पार्वती या दोघांनी कित्येक तास नृत्य केलं. अखेर दमून, घाम पुसत पार्वती विश्रांती घेण्यासाठी बसली. तिनं आपल्या कपाळीचा घाम हातानं पुसला. त्या घामाचे चार थेंब मंदार पर्वतावर पडले. ज्या जागी एक सुंदर रोपटं उगवून ते दिसामासांनी वाढू लागलं. काही महिन्यांतच त्या रोपट्याचं एका सुंदर वृक्षात रूपांतर झालं. यापूर्वी असा वृक्ष कुणीच कधी पाहिला नव्हता. त्याच्या एकेका फांदीला त्रिदल असलेली असंख्य पानं फुटली. त्याला फळंसुद्धा आली.

मंदार त्या झाडाच्या थोड्याशा फांद्या घेऊन पार्वतीला भेटायला गेला. तो म्हणाला, "देवी, तुमच्या घामापासून हे झाड निर्माण झालं आहे. याचं मी काय करू?"

पार्वतीनं त्या फांदीकडे आणि त्या पानांकडे जरा वेळ निरखून पाहिलं. "किती सुंदर झाड आहे हे!" ती हर्षभरित होऊन म्हणाली. "याची तीन पानं म्हणजे भगवान शंकराचे तीन नेत्र. त्याचप्रमाणे आयुष्याच्या तीन अवस्थांचं ते प्रतीक आहे. जन्म, जीवन आणि मृत्यू. त्याशिवाय तिन्ही लोकांचं ते प्रतीक आहे. स्वर्ग, धरती आणि पाताळ. त्यामुळेच तीन हा शुभ अंक आहे."

मग ती मंदाराकडे सुहास्य मुद्रेनं पाहून हसत म्हणाली, "तुझ्या श्रद्धेनं व भक्तीनं मी प्रसन्न झाले आहे. या झाडाला बिल्ववृक्ष म्हणूनच सर्व जण ओळखतील व याच्या पानांना बिल्वपत्र असं नाव पडेल. भगवान शंकरांची पूजा करताना सर्व जण त्यांना बिल्वपत्र वाहतील. भगवान शंकर आणि मी तर एकच आहोत. त्यामुळे जर कुणी त्यांची बिल्वपत्रांनी पूजा केली, तर ती पूजा माझ्यापर्यंतसुद्धा पोहोचेल. तुझ्या पर्वतावर नेहमीच बिल्ववृक्ष असतील."

हे ऐकून मंदाराचा आनंद गगनात मावेना. त्यानं पार्वतीदेवीसमोर साष्टांग दंडवत घातला. त्यामुळे आजही भगवान शंकराची पूजा करताना बिल्वपत्रांचा वापर केला जातो.

टीप : ज्योतिर्लिंग हे भगवान शंकराचं प्रतीक असून, ते स्वयंप्रकाशी असतं असं म्हणतात.

गजाननाच्या कथा

बुद्धीची देवता

एक दिवस कैलास पर्वतावरील आपल्या निवासस्थानामध्ये बसून पार्वती भगवान शंकरांच्या भक्तांचं निरीक्षण करत होती. "ही सर्व माणसं तुमचे भक्त आहेत, देवा. ते फक्त तुमचंच ऐकतात. माझं नाही."

"नाही पार्वती, तू म्हणतेस ते खरं नाही."

त्यावर पार्वती काहीच बोलली नाही; पण आपलंच म्हणणं बरोबर आहे, याची तिला खात्री होती.

काही दिवसांनी तिने भगवान शंकरांचं वाहन असलेल्या शुभ्र नंदीला बोलावून घेतलं. ती म्हणाली, "हे नंदी, मी आता स्नानासाठी जात आहे. तू दरवाज्यापाशी पहारा दे आणि माझं स्नान होईपर्यंत कुणालाही आत येऊ देऊ नकोस."

भगवान शंकर घरी आले, तेव्हा नंदी बाहेरच पहारा देत उभा होता. शंकर म्हणाले, "पार्वती कुठे आहे?"

"देवी स्नान करत आहेत."

त्यावर मान डोलावून शंकरांनी आत शिरण्यासाठी एक पाऊल उचललं. नंदी त्यांना अडवत म्हणाला, "देवा, आतमध्ये देवी स्नान करत आहेत. त्यांचं स्नान पूर्ण होऊन त्या तयार झाल्याशिवाय मी कोणालाही आत सोडायचं नाही, अशी त्यांची आज्ञा आहे."

"नंदी, तू म्हणतोस ते खरं असेलही, पण मी या घराचा स्वामी आहे. पार्वती माझी पत्नी आहे. तेव्हा मला पाहिजे तेव्हा मी या घरात जाऊ शकतो किंवा तिथून बाहेर येऊ शकतो. मला कुणीही त्यापासून मज्जाव करू शकत नाही."

नंदीला ते पटलं. तो लगेच वाट सोडून बाजूला झाला आणि त्यानं भगवान

शंकरांना आत शिरण्यास वाट करून दिली.

शंकरांना आत आलेलं पाहताच पार्वतीला कळून चुकलं, की नंदी शिवभक्त असल्यामुळे तो त्यांच्याशी एकनिष्ठ होता. म्हणूनच त्यानं भगवान शंकरांची आज्ञा पाळली; तिची नाही. तिला त्यामुळे अतीव दुःख झालं. कुणीतरी असंच आपल्याशीसुद्धा एकनिष्ठ असावं, त्यानं आपली आज्ञा पाळावी, पुढचा मागचा कसलाही विचार न करता त्यानं ती पाळावी व कधीच डावलू नये, असं तिला वाटू लागलं.

परत एकदा पार्वती स्नानाला जाण्यासाठी निघाली होती. या खेपेला दरवाज्याची राखण करण्यासाठी दुसऱ्या कुणालातरी सांगण्याऐवजी तिनं फक्त आपल्याशी एकनिष्ठ राहील, अशी एक व्यक्ती निर्माण करण्याचं ठरवलं. मग तिनं मातीपासून एका लहान बालकाची मूर्ती घडवून त्यात प्राण फुंकले. तिनं त्या मुलाचं नाव गणेश असं ठेवलं.

गणेश सजीव होताच तो पार्वतीला वंदन करून म्हणाला, ''माते, मी तुझ्या सेवेसाठीच जन्म घेतला आहे. मी आज तुला कशा प्रकारे मदत करू, ते फक्त सांग.''

पार्वती हळुवारपणे म्हणाली, ''बाळा, मी घरात स्नान करणार आहे. तू इथे दाराजवळ उभा राहून पहारा दे. मी सांगेपर्यंत कुणालाही आत येऊ देऊ नको.''

काही वेळानंतर भगवान शंकर घरी परत आले. आपल्या घराच्या दाराजवळ एक लहान मुलगा पहारा देत उभा असल्याचं पाहून ते चकित झाले.

''बाळा, तू कोण आहेस? तुझे आई-वडील कुठे आहेत? तू इथे असा का बरं उभा आहेस?'' भगवान शंकर त्याला म्हणाले.

तो मुलगा धिटाईने म्हणाला, ''माझं नाव गणेश. मी पार्वतीचा मुलगा आहे.''

परंतु शंकराचा त्याच्यावर मुळीच विश्वास बसला नाही. ते म्हणाले, ''बाजूला हो आणि मला आत जाऊ दे.''

''नाही, मी असं अजिबात करणार नाही. मला माझ्या आईच्या आज्ञेचं पालन करायचं आहे. तिचं स्नान पूर्ण होईपर्यंत तुम्ही इथेच थांबा.''

''अरे बाळा, मी कोण आहे ते तुला माहीत नाही का? मी तर भगवान शंकर आहे. हे घरसुद्धा माझं आहे. तू माझ्याच घरात शिरण्यापासून मला अडवू शकत नाहीस.''

परंतु गणेश मात्र त्यांच्या धमकावणीला अजिबात घाबरला नाही. तो त्यांच्या वाटेतून बाजूला झालाच नाही. तो पुन्हा म्हणाला, ''क्षमा करा, पण माझ्या आईनं मला तुम्हाला आत सोडायला सांगेपर्यंत मी तसं करू शकत नाही.''

गणेशाच्या तोंडचे शब्द ऐकून भगवान शंकरांना क्रोध अनावर झाला. त्यांनी पुन्हा पुन्हा गणेशाचं मन वळवण्याचा प्रयत्न केला; पण तो त्याचं काही ऐकायलाच

तयार नव्हता. त्यांनी आपल्या त्रिशूळाचा एकच वार करून त्या मुलाचं मस्तक धडावेगळं केलं. तो वार त्यांनी इतका ताकदीनं केला होता, की त्या मुलाचं मस्तक उडून थेट हिमालय पर्वतावर जाऊन पडलं.

बाहेर चाललेला मोठा गदारोळ ऐकून पार्वती घाईनं घराबाहेर आली; पण तेव्हा फारच उशीर झाला होता. हिमाच्छादित पांढऱ्या शुभ्र जमिनीवर तिच्या पुत्राचं मस्तकविरहित धड पडलं होतं. पार्वतीनं ते पाहून आक्रोश केला. "माझ्या बाळाची ही अशी अवस्था कुणी केली? हा माझा पुत्र आहे. त्याच्याशी हे असं क्रूरतेनं वागण्याचं कुणाचं धाष्टर्य झालं? "

एव्हाना शंकरालाही आपली चूक कळून चुकली होती. त्याला आपल्या कृत्याचा पश्चात्ताप होऊ लागला. त्यानं पार्वतीचं सांत्वन करण्याचा खूप प्रयत्न केला. "मी ही फार मोठी चूक केली आहे. त्याला तू निर्माण केलं होतंस याची मला कल्पना नव्हती. मला वाटलं, तू त्याची माता असल्याचं तो खोटंच सांगत आहे. मला क्षमा कर. त्याचे प्राण परत आणण्यासाठी मी काय वाटेल ते करीन."

पार्वतीच्या डोळ्यांतून अजूनही अश्रू वाहतच होते. तिनं काहीही न बोलता आपल्या पुत्राच्या निश्चेष्ट देहाकडे पाहत मान डोलावली.

मग शिवानं नंदीला बोलावून उत्तर दिशेला त्या मुलाचं मस्तक शोधून आणण्यासाठी पाठवलं.

नंदीनं त्याचं मस्तक मिळवण्यासाठी प्रयत्नांची शर्थ केली; पण त्याचा काहीच उपयोग झाला नाही. तो हताश होऊन शंकराकडे परत येऊन म्हणाला, "देवा, ते मस्तक कुठेच सापडत नाहीये. मी आता काय करू, ते तुम्हीच सांगा."

"तू परत एकदा जाऊन शोध," भगवान शंकर म्हणाले, "आणि तरीही तुला जर ते नाहीच सापडलं, तर मग उत्तरेकडे तोंड करून झोपलेलं जे कुणी तुला दिसेल, त्याचं मस्तक कापून माझ्याकडे घेऊन ये."

नंदी परत एकदा आपल्या धन्याच्या आज्ञेचं पालन करण्यासाठी बाहेर धावला. खूप शोध घेतल्यावर अखेर त्याला मस्तक उत्तर दिशेला करून झोपलेला हत्ती दिसला. त्याबरोबर एका क्षणाचाही विचार न करता त्यानं त्या हत्तीचा शिरच्छेद करून त्याचं मस्तक ताब्यात घेतलं आणि त्वरेनं भगवान शंकरांकडे गेला.

भगवान शंकर ते पाहून प्रसन्न झाले. त्यांनी ते मस्तक गणेशाच्या धडाला जोडून त्यामध्ये प्राण फुंकले. जिवंत झालेल्या गणेशाचा त्यांनी आपला पुत्र म्हणून स्वीकार केला. अशा रीतीनं गणेश आणि कार्तिकेय हे दोघे एकमेकांचे भाऊ झाले.

टीप : दर वर्षी हिंदू पंचांगानुसार गणेशाच्या जन्माच्या सोहळा भाद्रपद महिन्यातील चतुर्थीला साजरा करण्यात येतो.

आता गणेश आपल्या माता-पित्यांची भक्ती करू लागला. एक दिवस शंकर पार्वतीनं आपल्या दोन्ही मुलांना जवळ बोलावून घेतलं. पार्वती दोघांना म्हणाली, "तुम्हा दोघा भावंडांमध्ये सहज गंमत म्हणून मी एक स्पर्धा लावते. तुम्हा दोघांपैकी जो कुणी पृथ्वी प्रदक्षिणा करून आधी परत येईल, त्याला आम्ही बुद्धीचं फळ देऊ."

कार्तिकेय तत्काळ आपल्या वाहनावर- मोरावर आरूढ होऊन लगेच पृथ्वी प्रदक्षिणेसाठी निघाला. गणेशाला मात्र कसलीच घाई नव्हती. त्यानं फक्त आपल्या आई-वडिलांच्या भोवती प्रदक्षिणा घातली व त्यानंतर त्यांना वंदन करून तो नतमस्तक होऊन उभा राहिला.

पार्वती त्याच्याकडे पाहून प्रेमानं म्हणाली, "बाळा, तू हे काय करतो आहेस? एव्हाना तुझ्या भावानं अर्धी पृथ्वीप्रदक्षिणा केलीसुद्धा असेल. तू तर या स्पर्धेत नक्कीच हरणार."

त्यावर गणेशाने आई-वडिलांकडे इतक्या प्रेमानं पाहून स्मितहास्य केलं, की पार्वतीचं मातृहृदय उचंबळून आलं. "काही हरकत नाही, माते. अगं, तुम्ही दोघंच तर माझं जग आहात आणि मी तुमच्याभोवती प्रदक्षिणा घातलीसुद्धा, माझा प्रवास पूर्ण झाला."

शंकर पार्वती यांनी प्रसन्न होऊन बुद्धीचं फळ त्याच्या हाती सोपवलं.

"गणेशा, तू इतका बुद्धिमान मुलगा आहेस," भगवान शंकर म्हणाले, "माझे आशीर्वाद तुझ्या सतत पाठीशी आहेत. आजपासून सगळं जग तुला बुद्धिदेवता म्हणूनच ओळखेल."

महाशक्तिशाली उंदीर

क्रौंच हा इंद्राच्या दरबारातील एक मान्यवर वादक होता. एक दिवस त्याला दरबारातील वादनाच्या कार्यक्रमाला पोहोचण्यास उशीर झाल्यामुळे तो लगबगीनं तिकडे निघाला होता. दुर्दैवानं या गडबडीत एका वयोवृद्ध ऋषींच्या पायावर त्याचा चुकून पाय पडला. वामदेव नावाचे ते ऋषी वेदनेनं कळवळले. क्रोधित होऊन त्यांनी त्याला शाप दिला. "तू कायम असाच सगळीकडे घाईघाईनं पळत सुटणारा उंदीर होशील!" ते म्हणाले.

बिचाऱ्या क्रौंचाचं रूपांतर तिथल्या तिथे डोंगरात आढळून येणाऱ्या एका भल्या मोठ्या उंदरात झालं.

एकदा उंदरात रूपांतर झाल्यावर आपल्या उचापतींनी त्यानं लोकांना अक्षरशः सळो की पळो करून सोडलं. शेतकऱ्यांच्या घरांमध्ये गुपचुप घुसून, त्यांनी काळजीपूर्वक साठवलेलं धान्य खाऊन टाकणं, कुणाच्याही नकळत आश्रमात

शिरून आश्रमवासीयांना उपद्रव देणं, तिथल्या अन्नधान्याची नासाडी करणं, असे अनेक उद्योग तो करू लागला. शेवटी जेरीस आलेल्या लोकांनी गणेशाचा धावा सुरू केला. "देवा, आता तूच या त्रासापासून आमची सुटका कर!" अशी ते हात जोडून गणेशाची विनवणी करू लागले.

"तू एवढासा आहेस, खूप चपळ आहेस आणि पाहिजे त्या सांदीकोपऱ्यात जाऊन लपून शकतोस, याची मला पूर्ण कल्पना आहे." गणेश त्या उंदराला म्हणाला. "पण म्हणूनच आज मी तुझ्याभोवती पाश टाकून तुला इथे बांधून ठेवणार आहे." त्याच्या बोलण्यात निर्धार स्पष्ट दिसत होता. त्यानं हातातील दोराचा काळजीपूर्वक फास बनवून त्या उंदराच्या गळ्यात अचूक टाकून त्याला जेरबंद केलं. त्यानं तो फास अलगद थोडासा आवळला. उंदराच्या रूपातील क्रौंचाला आता मानसुद्धा हलवणं अशक्य होऊन बसलं.

क्रौंच गणेशापुढे गयावया करत म्हणाला, "देवा, मला आता माझी चूक कळून आली आहे. मी आता परत कधीही कुणालाही त्रास देणार नाही. मला तुमचं वाहन बनवा. जेव्हा लोक तुमची आराधना करतील, तेव्हा त्यांना माझ्याबद्दलही आदर वाटेल."

"अरे, पण माझा एवढा भार तू कसा काय उचलशील?" लंबोदर गणेशानं मिस्कीलपणे विचारलं.

"त्याची चिंता करण्याचं काही कारण नाही. तुमच्या आकाराप्रमाणे मी माझा आकार बदलेन." क्रौंच म्हणाला.

गणेशानं ते मान्य केलं.

अशा तऱ्हेनं उंदराच्या रूपातील क्रौंच गणेशाचं वाहन बनला. गणेशभक्तांच्या सोयीसाठी वाटेतले सर्व अडथळे व गर्दी टाळून तो गणेशाला इकडे तिकडे घेऊन जाऊ लागला.

दूर्वा

फार फार वर्षांपूर्वी अनलासुर नावाचा एक असुर राहत होता. त्याच्या अंगातून अग्नीच्या ज्वाला निघत असत. तो कुठेही जायला निघाला की त्याच्या शरीरातून एक आगीचा लोळ बाहेर पडायचा. स्वतःच्या अंगच्या या शक्तीचा अनलासुर खूप जास्त गैरफायदा घ्यायचा. तो लोकांचा छळ करायचा, सर्वत्र उत्पात माजवायचा. बघताबघता त्याचं वागणं सर्वांना असह्य होऊ लागलं. अखेर संत्रस्त झालेल्या लोकांनी गणेशाकडे धाव घातली.

"तुम्ही काही काळजी करू नका. मी त्याचा बंदोबस्त करतो." गणेश म्हणाला. तो अनलासुराचा शोध घेत निघाला.

गणेशाला पाहताच अनलासुरानं त्याला गिळंकृत करण्याचा प्रयत्न केला. त्याबरोबर गणेशानं स्वतःचा आकार वाढवण्यास सुरुवात केली. अखेर तो इतका मोठा बनला, की त्यानंच अनलासुराचा घास घेतला. अनलासुर गणेशाच्या घशातून खाली उतरून त्याच्या पोटात जाऊन पोहोचला. ते पाहून सर्व जण हर्षातिरेकानं नाचू लागले.

परंतु अशा प्रकारे अनलासुराला गिळंकृत केल्यानंतर जरा वेळात गणेशाचं पोट दुखण्यास सुरुवात झाली. अनलासुरानं गणेशाच्या पोटात आगीचे लोळ सोडून त्याला त्रास द्यायला सुरुवात केली होती.

आपल्या पुत्राला होणारा त्रास पाहून भगवान शंकरांनी आपल्या गळ्यातील सर्पाला गणेशाच्या उदरावर सोडलं. सर्पाच्या थंडपणामुळे गणेशाच्या पोटात उसळलेला दाह कमी होईल, असं त्यांना वाटत होतं; पण प्रत्यक्षात तसं काहीच घडलं नाही. गणेश वेदनेनं कळवळू लागला.

मग भगवान विष्णू आले. त्यांनी गणेशाच्या उदरावर कमळ ठेवलं, पण त्याच्या शीतलतेनेसुद्धा त्याला काहीच आराम पडला नाही.

त्यानंतर गंगा धाव घेऊन आली. तिचं पाणी गणेशाच्या उदरावर झुळुझुळू वाहू लागलं. ब्रह्मदेवानं अमरत्वाचं अमृत त्याला पाजलं. वायुदेवानं गणेशाच्या उदरावरून शीतल वाऱ्याची झुळूक वाहू दिली. अखेर नगाधिराज हिमालयानं आपला थंडगार हिमाच्छादित हात गणेशाच्या उदरावरून अलगद फिरवला.

पण कशानंच गणेशाला बरं वाटेना. तो अजूनही तळमळत होता. सगळे गोंधळून गेले.

दूरवरून ऋषिमुनी गणेशाकडे धाव घेऊ लागले. त्याच्या प्रकृतीला उतार पडावा म्हणून सगळे झटत होते. सर्व विद्वानांनी एकत्र जमून चर्चा केली. या परिस्थितीतून काय मार्ग काढता येईल, गणेशाच्या दुखण्यावर काय उपाययोजना करता येईल यासाठी बराच ऊहापोह सुरू झाला. अखेर सर्वांना एक तोडगा सापडला.

मग ऋषिमुनी हिमालयात गेले. ते तिथून २१ दूर्वादले घेऊन परत आले. गणेशानं त्या ग्रहण केल्यावर त्याच्या दुखण्याला उतार पडेल असं त्यांनी त्याला सांगितलं. हा पोटशूळ थांबावा म्हणून अक्षरशः काहीही करण्याची गणेशाची तयारी होती. त्यानं त्या दूर्वा लगेच खाऊन टाकल्या. त्या दूर्वांमुळे गणेशाच्या पोटातील अनलासुराचा मृत्यू झाला. अखेर वेदनांपासून त्याची सुटका झाली.

त्या दिवसापासून दूर्वा गणेशाला प्रिय झाल्या. त्यामुळे लोकसुद्धा गणेशाला पूजेच्या वेळी दूर्वा अर्पण करू लागले.

असुरांचा वध

तीन नगरांची गोष्ट

तारक नावाच्या असुरानं संपूर्ण जगात थैमान घातल्यामुळे जग त्रस्त झालं होतं. तो मरण पावला. पण त्याच्यामागे त्याचे तीन पुत्र होते. तारकाक्ष, वीर्यवान आणि विद्युन्माली. आपल्या वडिलांच्या मृत्यूमुळे संतप्त झालेल्या त्या तिघांनी पुढची कित्येक वर्षं अमरत्व प्राप्तीसाठी ब्रह्मदेवाची तपश्चर्या केली.

अखेर ब्रह्मदेव त्यांच्यासमोर प्रकट झाले; परंतु त्यांनी त्या असुरांची अमरत्वाची मागणी मात्र फेटाळून लावली.

मग त्या तिघांनी ब्रह्मदेवांकडे एक वेगळाच वर मागितला. ते हात जोडून म्हणाले, ''हे प्रभू, तुम्ही जर आम्हाला अमर्त्य बनवणार नसाल, तर निदान आम्हाला प्रचंड शक्ती बहाल करा. या शक्तीचा वापर करून आम्हाला तीन बलशाली व अभेद्य नगरं निर्माण करता आली पाहिजेत. ही नगरं एकमेकांपासून भिन्न प्रदेशांत वसलेली असतील. एक हजार वर्षांतून फक्त एक दिवस ही शहरं एकमेकांना जोडण्यात येतील. या दिवशी केवळ एकाच बाणाचा अस्त्र म्हणून वापर करून या तीनही नगरांच्याभोवती असलेल्या तटबंदीचा जर कुणी वेध घेऊ शकला, तरच आमचा मृत्यू होईल, अन्यथा नाही. देवा, एवढा वर तरी तुम्ही आम्हाला द्याच.''

ब्रह्मदेव स्मितहास्य करून म्हणाले, ''तथास्तु!''

त्यानंतर वास्तुशिल्पकार मयासुराच्या मदतीनं तारकाच्या तीन पुत्रांनी तीन भुईकोट किल्ले बनवले. प्रत्येक तटबंदीच्या आत एकएक नगर वसवलं. प्रत्येक किल्ला एका एका धातूपासून बनवण्यात आला होता. सोनं, चांदी, लोह.

तारकाक्षानं सोन्याचा किल्ला घेतला. तो स्वर्गात बांधण्यात आला होता.

वीर्यवानानं चांदीचा किल्ला ताब्यात घेतला. हा आकाशात होता. विद्युन्मालीनं लोखंडाचा किल्ला ताब्यात घेतला. हा पृथ्वीवर होता. या किल्ल्यांमध्ये वसलेल्या तीन नगरींना लोक त्रिपुरा म्हणून ओळखू लागले. त्या असुर बंधूंच्या त्रयीस लोक त्रिपुरासुर म्हणू लागले.

ती तीनही नगरं बांधून तयार झाल्यावर ते तिघं भाऊ दिवसेंदिवस अधिकाधिक बलशाली होऊ लागले. त्यांचा उद्दामपणासुद्धा वाढत चालला होता. अखेर त्यांच्याकडून होणारा छळ लोकांना असह्य होऊ लागला. हताश होऊन लोक परमेश्वराला शरण आले.

लोकांची दयनीय अवस्था पाहून भगवान शंकरांनी त्यावर काहीतरी उपाययोजना करण्याचं मनावर घेतलं. त्या तीनही नगरांना एकत्र कधी जोडायचं, ती घटना अत्यंत महत्त्वाची होती. शिवाय एका अत्यंत शक्तिशाली बाणाचीही आवश्यकता होतीच. मग त्यानं स्वर्गातील विश्वकर्म्याला पाचारण केलं. त्याला ही समस्या समजावून सांगून शंकर म्हणाले, "तुम्ही माझ्यासाठी एक विशिष्ट रथ आणि धनुष्य-बाण घडवून देणार का?"

विश्वकर्म्यानं भगवान शंकरांची विनंती मान्य केली. त्यानं सौरशक्तीच्या साहाय्यानं अत्यंत मजबूत असा सुवर्णरथ घडवला. त्यानं पिनाक आणि शाङ्र्ग अशी दोन धनुष्यंही निर्माण केली. कोणत्याही लक्ष्याचा अचूक वेध घेणारा बाणही त्यानं बनवला. मग त्यानं सुवर्णरथ, पिनाक आणि तो महाशक्तिशाली बाण भगवान शंकरांना भेट दिला, तर शाङ्र्ग नावाचं धनुष्य भगवान विष्णूंना दिलं.

भगवान शंकर शस्त्रसज्ज झाले. त्यांनी आपल्या रथाचं सारथ्य करण्याची ब्रह्मदेवांना विनंत केली. त्यांनी मग त्रिपुराकडे कूच केलं. त्या तीनही नगरांना एकत्र जोडण्याचं काम त्यांना करायचं होतं.

ही तीन नगरं एकत्र जोडण्यात येताच भगवान शंकरांनी एकाच बाणात त्या तीनही नगरांचा वेध घेऊन ती पूर्णपणे उद्ध्वस्त केली. त्या नगरांमध्ये राहत असलेले तीनही राक्षस त्यात बेचिराख झाले.

हाती घेतलेली कामगिरी उत्तम पार पाडल्याबद्दल संपूर्ण जगानं भगवान शंकरांची वाहवा केली. यानंतर भगवान शंकरांना पिनाकी अशी उपाधी मिळाली, तर भगवान विष्णूंना शाङ्र्गदेव असं नाव प्राप्त झालं. दुष्टांचं निर्दालन झाल्याचा आनंद व्यक्त करण्यासाठी लोकांनी घरोघरी दीपोत्सव साजरा केला. ही परंपरा भारतात

टीप : तेलंगणातील रामप्पा मंदिरात हा प्रसंग चितारणारं एक शिल्प पाहायला मिळतं. त्याचप्रमाणे हम्पी येथील विरूपाक्ष मंदिरातही हे दृश्य सभामंडपाच्या छतावर रंगवण्यात आलं आहे.

आजही पाळली जाते. दिवाळीनंतर हिंदू पंचांगानुसार कार्तिक महिन्यात घराघरातून दिव्यांची आरास करण्यात येते.

त्यानंतर काही काळानं भगवान शंकरांनी आपला निस्सीम भक्त राजा निमी याला ते पिनाक धनुष्य बक्षीस दिलं. राजा निमी यानं या धनुष्याचा काळजीपूर्वक सांभाळ केला व त्याचं 'शिवधनुष्य' असं नामकरणही केलं. त्यानंतर कित्येक पिढ्या होऊन गेल्या. त्याच कुळात जनकाचा जन्म झाला. हे शिवधनुष्य अतिशय सामर्थ्यशाली होतं. पुढे राजा जनकानं आपल्या कन्येच्या- म्हणजे सीतेच्या स्वयंवरामध्ये असा पण ठेवला, की जो कुणी राजकुमार हे शिवधनुष्य उचलून दाखवेल, त्याच्या गळ्यात सीता माळ घालेल. पुढे रामानं तो पण जिंकला आणि सीतेनं त्याच्या गळ्यात वरमाला घातली.

गजासुर

महिषासुर नावाच्या राक्षसाला एक मुलगा होता. त्याचं नाव गजासुर. त्याच्या अंगात अनेक हत्तींचं बळ असल्यामुळेच त्याला हे नाव पडलं होतं. इतकंच नव्हे, तर त्याच्याकडे एक विशिष्ट अस्त्र होतं– गजास्त्र. त्यामुळे त्यानं रणांगणावर सोडलेल्या बाणाचं रूपांतर हत्तींमध्ये होत असे. शिवाय ज्याच्या हृदयात काहीही इच्छा-आकांक्षा असेल, अशा कुणाकडूनही गजासुराचा वध होणं शक्य नाही, असं वरदान त्याला लाभलं होतं.

गजासुराच्या वडिलांचा पार्वतीच्या हातून वध झाल्यापासून गजासुर क्रोधानं बेभान झाला होता. स्वर्गातील सर्व देवदेवतांवर आपल्या पित्याच्या मृत्यूचा सूड घ्यायचा, असा पण त्यानं केला होता. त्यामुळे भयभीत झालेल्या देवदेवतांनी भगवान शंकरांची करुणा भाकली. भगवान शंकरांच्या हृदयात कसलीच इच्छा, आकांक्षा शिल्लक नव्हती. देवदेवतांची समजूत घालत ते म्हणाले, "तुम्ही काळजी करू नका. मी त्याचा संहार करीन."

स्वर्गाच्या सेनेचे सेनापती शंकर आणि कार्तिकेय या दोघांनी युद्धाची तयारी सुरू केली.

ही गोष्ट गजासुराच्या कानावर जाताच, त्यानं आपल्या सल्लागारांची बैठक बोलावली आणि शंकराचा पराभव करून स्वतःचा बचाव करण्याची योजना आखण्यास सुरुवात केली. अखेर त्याच्या एक गोष्ट लक्षात आली-

'आपण जर हे युद्ध सुरू होण्यापूर्वीच गणेशाचा धावा करून त्याच्याकडे मदतीची याचना केली, तर त्याला आपल्याला मदत करणं भागच पडेल,' असा त्यानं विचार केला. मग गजासुरानं एकाग्रचित्तानं गणेशाची आराधना सुरू केली.

थोड्याच दिवसांत गणेश त्याच्यासमोर प्रकट होऊन त्याला म्हणाला, "हे बघ, माझ्या वडिलांनी तुझा पाडाव करण्याचा निर्धार केला असून, तुला आता त्यांच्यापासून कुणीही वाचवू शकत नाही; पण मी तुला एका बाबतीत मदत करू शकतो. एकदा त्यांच्या बाणांचा तुझ्या शरीराला स्पर्श झाला, की तुझ्या मनातील अज्ञानाचा सर्व अंधकार दूर होऊन ज्ञानाच्या प्रकाशानं तुझं मन उजळून निघेल. तुझं अधःपतन तर मी थांबवू शकत नाही गजासुरा; पण तुझा जेव्हा मृत्यू ओढवेल, तेव्हा तुला परब्रह्माचं ज्ञान प्राप्त झालेलं असेल, असं वरदान मी तुला देऊ शकतो."

त्यानंतर शंकर व गजासुर यांमध्ये घनघोर युद्ध सुरू झालं. गजासुराला त्याच्याकडे असलेल्या सर्वच्या सर्व अस्त्रांचा वापर करणं भागच पडलं. त्यानं जेव्हा भगवान शंकरांवर वरुणास्त्र सोडलं, तेव्हा त्यांच्या मस्तकावरील गंगा खाली वाहू लागली व तिच्या पाण्यानं त्यांचे पाय धुवून निघाले. मग गजासुरानं अग्नी अस्त्राचा वापर केला. परंतु गंगेच्या पाण्यामुळे अग्नीच्या ज्वाळा विझून गेल्या. गजासुराच्या शूल अस्त्राला तोंड देण्यासाठी भगवान शंकराचं त्रिशूल होतंच. त्या शूल अस्त्राची राखरांगोळी झाली; परंतु त्रिशूल मात्र तसंच अबाधित राहिलं. मग वायूनं ती रक्षा सर्वत्र उधळून टाकली.

सर्वांत अखेरचा उपाय म्हणून गजासुरानं गजास्त्राचा वापर केला. रणांगणावर हजारो हत्ती अवतीर्ण झाले; परंतु समोर भगवान शंकराला आणि गणेशाला पाहून ते सर्व जण नतमस्तक होऊन झुकून सोंडेनं नमस्कार करत गुडघे टेकून त्यांच्यापुढे बसले.

आता हे युद्ध संपवण्याची वेळ आली आहे, हे भगवान शंकरांना कळून चुकलं. त्यांनी वरुण अस्त्राचा वापर केला. त्या अस्त्रानं गजासुराच्या शरीराचा वेध घेतला. गजासुरानं डोळे मिटून घेतले. ते जेव्हा त्यानं परत उघडले, तेव्हा भगवान शंकरांचं त्यांच्या मूळ स्वरूपात त्याला दर्शन घडलं. ते त्याचे शत्रू नव्हते. ते त्याचे परमेश्वर होते. तो त्यांचा दास होता. त्यांची ती निळीसावळी तनू, माथ्यावर विलसणारा चंद्र, त्यांनी आपल्या जटेमध्ये धारण केलेली गंगा, त्यांच्या गळ्यातील रुद्राक्षाची माळ, त्यांच्या कपाळावरचा तो तिसरा नेत्र, एका हातातील त्रिशूल आणि दुसऱ्या हातातील डमरू...असं ते मनोहारी रूप त्याच्यासमोर अवतरलं होतं. शंकराच्या शेजारी पार्वती उभी होती. ती गजासुराकडे पाहून स्मितहास्य करत होती. आपण केवढी महाभयंकर चूक केली, हे त्या क्षणी गजासुराला उमगलं; पण निदान अखेरच्या क्षणी आपल्याला शंकर-पार्वती त्यांच्या मूळ रूपात पाहायला मिळाले, हे आपलं केवढं भाग्य, असंही त्याच्या मनात आलं. आता आपल्या काही शेवटच्या घटकाच उरल्या आहेत, हे त्याल कळून चुकलं. मग त्यानं 'ओम नमः शिवाय' या पंचाक्षरी मंत्राचं पठण करण्यास सुरुवात केली.

भगवान शंकर त्याच्याजवळ येऊन म्हणाले, ''हे बघ गजासुरा, तुझा वध करण्याशिवाय माझ्याकडे दुसरा काहीच पर्याय नाही; पण त्यापूर्वी तुझी एखादी इच्छा राहिली आहे का?''

गजासुर म्हणाला, ''आता मला सत्य समजलं आहे. त्यामुळे तुमच्या हस्ते मला मृत्यू यावा अशी माझी इच्छा आहे; पण मृत्यूपूर्वी मला हत्तीचा देह मिळाला, तर बरं होईल. माझ्या मृत्यूनंतर माझ्या शरीराचं हत्तीचं कातडं तुम्ही तुमच्या देहावर धारण करावं, अशी माझी प्रार्थना आहे. म्हणजे मी कायमस्वरूपी तुमच्याजवळ राहीन.''

त्यावर भगवान शंकरांनी हसून त्याची ही विनंती मान्य केली.

त्यामुळेच भगवान शंकर अनेकदा हत्तीचं कातडं धारण करून बसलेले दिसतात.

भगवान शंकर आणि गजासुर या दोघांमध्ये हे घनघोर युद्ध होऊन शंकरांच्या मस्तकी असलेली गंगा खाली उतरून त्यांच्या चरणावर राहू लागल्याचा हा प्रसंग काशी येथे घडला. त्यामुळे काशी हे स्थान प्रसिद्धीस पावलं. यानंतरच भगवान शंकरांना गंगाधर आणि विश्वनाथ ही नावं पडली.

व्याघ्रांना शिकवला धडा

हिरण्याक्ष आणि हिरण्यकशिपू हे दोघे महाशक्तिशाली असुर होते. हे सख्खे भाऊ होते. त्यांचेच दोन चुलत भाऊ म्हणजे दुंदुभी आणि सौहार्द. त्यांच्या अंगात असलेल्या विशिष्ट शक्तीमुळे ते त्यांच्या इच्छेने पाहिजे त्या प्राण्याचा आकार धारण करू शकत.

हिरण्याक्ष आणि हिरण्यकशिपू या दोघा असुरांनी जगात नुसता हैदोस माजवला होता. लोकांचा अनन्वित छळ आरंभला होता. त्या वेळी भगवान विष्णूंनी पृथ्वीवर अवतार घेऊन त्या दोघांचा निःपात केला होता. त्यामुळे संतप्त झालेल्या दुंदुभी व सौहार्द या असुरांनी याचा सूड घेण्याचा पण केला होता. त्याचाच एक भाग म्हणून त्यांनी भगवान विष्णूंची उपासना करणाऱ्या पृथ्वीवरील सर्व भक्तांना आपलं लक्ष्य बनवलं. त्यांनी त्यासाठी काळजीपूर्वक एक योजना बनवली. त्यानुसार भगवान विष्णूंच्या कोणत्याही भक्तानं यज्ञयाग, पूजा-अर्चा वगैरे सुरू केली की हे दोघं तिथे जाऊन विध्वंस करत. पौरोहित्य करणाऱ्यांचा वध करत.

शिवरात्र जवळ आली होती. त्या काळात काशीच्या विश्वनाथ मंदिरामध्ये शिवलिंगावर अभिषेक करण्यासाठी हजारो भक्त गोळा होणार, याची या असुरांना कल्पना होती. त्यामुळे एकाच वेळी असंख्य भक्तांचं शिरकाण करून सर्व देवदेवतांवर सूड उगवण्याची चांगली नामी संधी या असुरांना चालून आली होती.

शिवरात्रीचा उत्सव चालू झाल्याचं समजताच हे दोघं असुर आपली भली मोठी सेना घेऊन काशीच्या विश्वनाथ मंदिरात आले. आपल्या अंगच्या सामर्थ्यांचा वापर करून त्यांनी दोन व्याघ्रांचं रूप घेऊन जमलेल्या भक्तांवर हल्ला चढवला. लोकांची भीतीनं गाळण उडली. ते आक्रोश करत सैरावैरा धावू लागले. भगवान शंकरांच्या डोळ्यांसमोर हा सगळा हिंसाचार चालू होता. मग त्यांच्यापुढे दुसरा काही पर्यायच उरला नाही. त्यांनी शिवलिंगातून प्रकट होऊन तिथल्या तिथे त्या दोन्ही असुरांचा वध केला. त्याचप्रमाणे त्यांच्या सेनाही नेस्तनाबूत केल्या.

'मी तुम्हा सर्व भक्तांचं नेहमीच कोणत्याही संकटांपासून रक्षण करेन!' अशी आपल्या भक्तांना खात्री देण्याच्या उद्देशानं त्या प्रसंगानंतर भगवान शंकरांनी व्याघ्राजिनाचा वापर करण्यास सुरुवात केली. त्याकडे पाहून आपल्या भक्तांना दुंदुभी आणि सौहार्द या असुरांच्या पराभवाचा कधीच विसर पडणार नाही, हे त्यांना माहीत होतं. त्यामुळेच भगवान शंकर अनेक वेळा व्याघ्राजिनावर आसनस्थ झालेले दिसतात.

काहीकाही ठिकाणी असलेल्या शिवलिंगांमधून स्वतः भगवान शंकर प्रकट होण्याच्या घटना घडल्या आहेत. अशा विशिष्ट लिंगांच्या भोवती एक तेजाचं वलय आढळतं. आपल्या भक्तांचं रक्षण करण्यासाठीच भगवान शंकर त्या ठिकाणी प्रकट झाले होते, असं म्हणतात. या अशा शिवलिंगांना पुढे ज्योतिर्लिंग असं सर्व जण संबोधू लागले. ही ज्योतिर्लिंगं अत्यंत पवित्र स्थानं आहेत, असं लोक मानतात. भारतात अशी एकंदर १२ ज्योतिर्लिंगं आहेत. ज्यानं या सर्वच्या सर्व ज्योतिर्लिंगाना भेट दिली तो खरा भाग्यवान, असा समज आहे.

अर्धनारीनटेश्वर

भृंगी ऋषी हे भगवान शंकरांचे निस्सीम भक्त होते. त्यांची भक्ती इतकी पराकोटीची होती, की एक नीलकंठ वगळता बाकी कोणत्याही देवदेवतेची भक्ती करणं त्यांना मान्य नव्हतं. भगवान शंकरांना मात्र असं वाटे, की पार्वती ही आपली अर्धांगी असल्यामुळे भृंगी ऋषींनी तिचीसुद्धा भक्ती केली पाहिजे. परंतु भृंगी ऋषींची त्या गोष्टीला तयारी नव्हती.

भगवान शंकरही हार मानायला तयार नव्हते. ते एकदा म्हणाले, ''माझ्या भक्ता भृंगी, तू तीन वेळा माझ्याभोवती प्रदक्षिणा घाल. त्यामुळे तुझा भाग्योदय होईल.''

भृंगी ऋषींनी तत्काळ एका मधमाशीचं रूप घेऊन भगवान शंकराभोवती पहिली प्रदक्षिणा घातली. मधमाशीच्या रूपात आपला भक्त भृंगी हाच प्रदक्षिणा घालत असल्याचं भगवान शंकरांना लगेच कळलं. त्यांनी तत्काळ आपली पत्नी पार्वती हिला खुणेनं जवळ बोलवून आपल्या मांडीवर बसण्यास सांगितलं. त्याप्रमाणे पार्वती त्यांच्या मांडीवर बसली. आतातरी या भक्ताला आपल्या मांडीवर बसलेल्या पत्नीसह आपल्याभोवती प्रदक्षिणा घालणं भागच पडेल, असं त्यांना वाटलं. परंतु भृंगी ऋषींनी ते जाणलं. मग शंकर आणि पार्वती यांच्या मधल्या लहानशा फटीत शिरून त्यांनी खुबीनं केवळ भगवान शंकरांनाच प्रदक्षिणा घातली.

हे पाहून भगवान शंकरांना मोठी गंमत वाटली. त्यांनी अजून एक प्रयत्न केला. स्वतःचं उभं अर्धं शरीर पार्वतीच्या उभ्या अर्ध्या शरीराशी त्यांनी जोडून टाकलं. त्यामुळे त्यांचा अर्धा देह पुरुषाचा आणि अर्धा देह स्त्रीचा झाला. भृंगीच्या हे लगेच लक्षात आलं; पण त्यांनीही क्लृप्ती लढवली. फक्त भगवान शंकरांच्या अर्ध्या शरीराला प्रदक्षिणा घालून ते मागून पुढे आले आणि त्यांच्या नाभीत शिरून आरपार जाऊन पलीकडून बाहेर पडले.

हे सर्व पाहून पार्वती व्यथित झाली. ती रुदन करत म्हणाली, "मूर्ख भृंगी, तुला तर काहीच समजत नाही. भगवान शंकर आणि मी या जगताचे माता व पिता आहोत. परंतु आम्हा दोघांच्या स्वतंत्र अस्तित्वापेक्षा आमचं एकत्रित असणं कितीतरी महत्त्वाचं आहे. मुलांना त्यांचे आई-वडील असे दोघेही हवे असतातच ना? लहान बाळाला त्याच्या शरीराचा हाडांचा सांगाडा आणि नसा वडिलांकडून आणि रक्त, मांस इत्यादी गोष्टी आईकडून मिळतात. भगवान शंकरांचं आणि माझं अद्वैत आहे. त्यामुळे कुणीही केवळ शंकरांचीच भक्ती केली, तर ती अपूर्ण आहे. परंतु तू आज तसं केलंस. तू स्त्रीच्या भूमिकेचा अपमान केलास. तिचं महत्त्व डावललंस. त्यामुळे आता तुझ्या शरीरातून रक्त, मांस अदृश्य होईल आणि तू केवळ हाडांच्या व नसांच्या स्वरूपातच शिल्लक राहशील. तुझं ते रूप इतकं घृणास्पद असेल, भीतीदायक असेल, की सगळे तुझ्यापासून दूर पळतील. आई-वडील या दोघांमधून तू केवळ वडिलांचीच निवड केलीस. ही गोष्ट तुझ्याकडे पाहताच सर्वांना आठवेल."

भृंगी ऋषींना आपली चूक समजली. त्यांनी पार्वतीची करुणा भाकली. पार्वतीनेही त्यांना क्षमा केली. भृंगी ऋषींना तिनं नंदीच्या बरोबरीनं भगवान शंकरांच्या व तिच्या निवासस्थानाचा द्वारपाल म्हणून काम दिलं.

या घटनेनंतरच लोकांनी भगवान शंकरांची अर्धनारीनटेश्वराच्या स्वरूपात उपासना करण्यास सुरुवात केली. भारतात शंकरांच्या या रूपातील शिल्पं अनेक ठिकाणी दिसतात. कर्नाटकातील बदामी येथील गुहांमधील क्रमांक दोनच्या गुहेत अशा प्रकारे अर्धनारीनटेश्वराचं अप्रतिम सुंदर शिल्प पाहायला मिळतं.

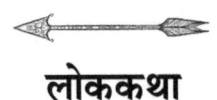

लोककथा

आयुष्याची देणगी

मृकंडू ऋषी आणि त्यांची पत्नी मरुदमती हे भगवान शंकरांचे निस्सीम भक्त होते. एक दिवस त्यांनी शंकरांची अत्यंत मनोभावे प्रार्थना केली. मग भगवान शंकर त्यांच्यासमोर प्रगट झाले.

भगवान शंकर म्हणाले, ''सांगा, तुमची काय इच्छा आहे?''

''आम्हाला संतान हवं आहे देवा!'' ते पती-पत्नी एकमुखानं उद्‌गारले.

त्यावर शंकर क्षणभर विचार करून म्हणाले, ''मी तुमच्यापुढे दोन पर्याय ठेवतो- एक तर तुम्हाला अत्यंत बुद्धिमान व सद्‌गुणी पुत्र होईल; परंतु तो केवळ १६ वर्षंच जगेल. नाहीतर तुम्हाला असा पुत्र होईल, जो दीर्घायुषी असेल; परंतु तो जन्मभर तुमच्यावर ओझं होऊन राहील.''

पती-पत्नी जरा विचारात पडल. पण त्यानंतर म्हणाले, ''देवा, आम्हाला तुम्ही सद्‌गुणी मुलगा द्या; मग तो अल्पायुषी असला तरी चालेल. दीर्घायुषी व दुर्गुणी, दुष्प्रवृत्त मुलगा आम्हाला नको.''

भगवान शंकर 'तथास्तु' असं म्हणून अंतर्धान पावले.

थोड्याच दिवसांत मृकंडू आणि मरुदमती यांना एक सुंदर पुत्र झाला. त्याचं नाव त्यांनी मार्कंडेय ठेवलं. तो अत्यंत सद्‌गुणी होता. एक विद्यार्थी म्हणूनही तो फार बुद्धिमान होता व अतिशय कनवाळू स्वभावाचा होता. तो मोठा होऊन भगवान शंकरांचा परमभक्त बनला.

एक एक दिवस, महिने व वर्षं भराभर पुढे चालली होती. मृकंडू आणि मरुदमती वरचेवर फार खिन्न, उदास होत असत. आपण भगवान शंकरांकडे अल्पायुषी पुत्र मागून फार मोठी चूक केली, असं त्यांना सतत वाटून ते दुःखीकष्टी

होत. 'आपण परमेश्वराकडे संतानप्राप्तीची इच्छा व्यक्त करायलाच नको होती. मार्कंडेयासारखा सद्‌गुणी, सुस्वभावी मुलगा मिळाल्यावर तो गमावणं, हे तर फारच दुःखदायक आहे.' ते एकमेकांना म्हणत.

आपल्या मरणाची घटिका जवळ येत चालली आहे, याची मार्कंडेयाला कल्पना होतीच. परंतु जे काही आयुष्य लाभलं आहे, ते अगदी सुखा-समाधानानं उत्तम तऱ्हेनं व्यतीत करायचं, असं त्यानं ठरवलं होतं. तो नित्यनेमानं शंकराची आराधना करत असे.

मार्कंडेयाच्या १६व्या वाढदिवसाच्या दिवशी सकाळी मृकंडू आणि मरुदमती या दोघांनी त्याला घट्ट मिठी मारली. मार्कंडेय त्यांच्याकडे प्रेमाने पाहत म्हणाला, "तुमच्याहून अधिक चांगले माता-पिता मला कधी मिळूच शकले नसते. मी या घरात जन्म घेतला, हे माझं खरोखरच सद्‌भाग्य म्हणायला हवं."

दुःखानं व्याकूळ झालेल्या आपल्या माता-पित्याचा निरोप घेऊन मार्कंडेय शिवमंदिराकडे निघाला.

मार्कंडेयाच्या मृत्यूचा क्षण अगदीच समीप येऊन ठेपला. यमराजानं त्याला घेऊन येण्यासाठी आपले दूत पाठवले. यमदूत शिवमंदिरात पोहोचले, तेव्हा मार्कंडेय शिवलिंगाभोवती आपल्या हातांचा विळखा घालून भगवान शंकरांच्या आराधनेत तल्लीन होऊन गेला होता. आपण याला हात जरी लावला, तरी आपल्यावर भगवान शंकरांचा कोप होईल, अशी भीती त्या यमदूतांना वाटली. त्यामुळे त्याचे प्राण न घेताच ते यमलोकी परतले.

मग हे काम आपण स्वतः पार पाडायचं, असं यमराजानं ठरवलं. तो आपल्या रेड्यावर बसून मार्कंडेयाच्या अंगावर धावून गेला. त्यानं मार्कंडेयाच्या गळ्यात दोराचा फास टाकण्याचा प्रयत्न केला, पण तो फास शिवलिंगाभोवती पडला. संतप्त भगवान शंकर तत्काळ यमराजाच्या समोर अवतरले. ते युद्धासाठी सज्जच होते. "माझ्याभोवती फास टाकण्याचं धाष्टर्य तू केलंसंच कसं?" ते यमराजाला म्हणाले.

यमराजानं मान खाली घातली.

यमराजानं जर मार्कंडेयाचे प्राण न घेता तसंच परत जाण्याची तयारी दर्शवली, तरच आपण त्याला सोडू, असं त्यांनी स्पष्टच बजावलं.

यमराजानं ते मान्य केलं. मार्कंडेयाचे प्राण वाचले. त्याच्या माता-पित्याचा आनंद गगनात मावेना.

मार्कंडेयाच्या कथेवरून हेच सिद्ध होतं, की भगवान शंकरांच्या पंचाक्षरी मंत्राचं पठण केल्यामुळे काहीही होऊ शकतं, अगदी इकडचं जग तिकडेसुद्धा होऊ शकतं.

वर वर्णन केलेली घटना तमिळनाडूमधील तिरुक्कादयूर या नगरात घडली, असं मानतात.

मार्कंडेय ज्या ठिकाणी वास्तव्य करून राहिला, त्या ठिकाणाला मार्कंडेय तीर्थ असं म्हणतात. यमुना नदीचा उगम असलेल्या यमुनोत्रीकडे जाण्याच्या रस्त्यावर हे ठिकाण आहे. अठरा पुराणांपैकी एक असलेलं विख्यात मार्कंडेय पुराण त्यानं या जागी बसूनच लिहिलं होतं, असंही म्हणतात.

निरपराध शिकारी

कण्णाप्पा हा एक अनाथ मुलगा होता. त्याला रानावनात भटकणाऱ्या शिकाऱ्यांनी लहानाचा मोठा केला. तो काही शाळा शिकला नाही; पण शिकार करणं, रानातली फळं खाऊन, नदीचं पाणी पिऊन त्यावर गुजराण करणं, हे त्याला माहीत होतं.

एक दिवस रानात भटकंती करत असताना तो वाट चुकला. चालताचालता नदीच्या काठी आला. त्याला तिथे एक दगडी इमारत दिसली. लोक त्या इमारतीच्या दारातून आत-बाहेर करत होते. त्यांच्या हातात फळं, फुलं आणि नारळ होते. खरं तर ती इमारत म्हणजे एक मंदिर होतं; पण कण्णाप्पानं अजून कधी मंदिर पाहिलंच नव्हतं. त्यामुळे त्यात नक्की काय असेल, याची त्याला खूप उत्सुकता वाटत होती.

सगळे लोक बाहेर पडून आपापल्या घरी परत जाईपर्यंत तो तिथेच थांबला. अखेर त्याला दारातून एक लहान मुलगा बाहेर येताना दिसला. त्याच्यापाशी काय ती विचारपूस करावी म्हणून कण्णाप्पा त्या मुलाच्या जवळ गेला.

कण्णाप्पानं त्याच्या ग्रामीण भाषेत त्या मुलाला असंख्य प्रश्न विचारले. "हे काय आहे? इथे ते त्या गोष्टी आतच का ठेवून येत आहेत?"

कण्णाप्पाचा अडाणीपणा पाहून त्या मुलाला आश्चर्याचा धक्काच बसला. त्यानं केलेल्या त्या प्रश्नांच्या सरबत्तीमुळे तो गांगरून गेला, पण तरीही त्यानं आपल्या परीनं त्या प्रश्नांची उत्तरं देण्याचा प्रयत्न केला. "हे भगवान शंकराचं मंदिर आहे. येथे लोक शंकरांना वाहण्यासाठी फुलं, फळं घेऊन येतात. लोक भगवान शंकरांची आराधना करतात, आपल्या मनातल्या इच्छा त्यांना सांगतात; मग भगवान शंकर त्या पुऱ्या करतात."

हे ऐकून कण्णाप्पाला त्या मंदिरात जावंसं वाटू लागलं. मग तो मुलगा त्याला आत घेऊन गेला. त्यानं कण्णाप्पाला शिवलिंगाविषयी सर्व माहिती सांगितली.

कण्णाप्पा निरागसपणे त्या मुलाला म्हणाला, "हे शिवलिंग आपल्याला मागू ते देतं का?"

"हो, हो. सगळे असंच म्हणतात," तो मुलगा म्हणाला. "पण आता खूप अंधार झालाय. मला आता घरी जायला हवं." असं म्हणून तो कण्णाप्पाला तिथेच सोडून घरी निघून गेला.

कण्णप्पा थोडासा घाबरतच मंदिरात शिरला. तो एका कोपऱ्यात बसून राहिला. एखादा साधासुधा दगड सर्वांच्या इच्छा कशा काय पुऱ्या करू शकतो, हे त्याला काही केल्या कळतच नव्हतं. त्यामुळे त्यानं ती गोष्ट स्वतः पडताळून पाहायचं ठरवलं.

तो म्हणाला, "शंकरा, तुला देण्यासाठी माझ्याकडे फळं, फुलं वगैरे काही नाहीत; पण तूच एखादं भक्ष्य माझ्यासमोर आण. मी त्याची शिकार करीन आणि त्यातला अर्धा वाटा तुला देईन. मी अगदी प्रामाणिकपणे हे करेन, मी कोणत्याही प्रकारचा खोटेपणा करणार नाही, असं मी तुला वचन देतो."

दुसऱ्या दिवशी सकाळी कण्णाप्पा शिकारीला गेला. त्यानं दिवसभर शिकारीच्या शोधात खूप भ्रमंती केली; पण त्याला काही शिकार मिळाली नाही. अखेर दुपार उलटून गेली. कण्णाप्पा निराश झाला. तो भुकेनं कासावीस झाला. आपल्याला मंदिरात भेटलेल्या त्या मुलानं काहीतरी खोटंनाटं सांगितलं असल्याची त्याची खात्री पटली; पण तरीही तो तसाच शिकारीच्या शोधात भटकत राहिला. संध्याकाळच्या वेळी त्याला दोन लहानसे ससे बिळातून बाहेर येताना दिसले. त्यानं त्या दोन्ही सशांची शिकार केली. आपण जी काही शिकार करू त्यातील अर्धी शंकराला अर्पण करू, असं त्यानं ठरवलेलं असल्यामुळे त्या दोन सशांपैकी एक ससा देवाला अर्पण करण्यासाठी तो मंदिरात गेला.

एव्हाना बरीच रात्र झाली होती. मंदिरात कुणीच नव्हतं. कण्णाप्पा आत शिरून मोठ्यांदा म्हणाला, "देवा, हा तुमचा वाटा आहे. तुम्ही या आणि त्याचा स्वीकार करा."

मग तो मंदिरात बसून वाट पाहत राहिला, पण भगवान शंकर काही अवतीर्ण झालेच नाहीत. कण्णाप्पाला एव्हाना फार भूकही लागली होती आणि झोपही आली होती. मग तो मेलेला ससा तिथेच सोडून जायचं त्यानं ठरवलं. जाण्यापूर्वी पुन्हा एकदा भगवान शंकरांनी त्या सशाचा स्वीकार करावा, म्हणून त्यानं प्रार्थना केली.

दुसऱ्या दिवशी सकाळी शंकराचे भक्त मंदिरात आले तेव्हा त्यांना शिवलिंगासमोर पडलेला तो ससा दिसला. ते दृश्य पाहून सगळे भक्त अस्वस्थ झाले, संतापले. "हा मेलेला प्राणी इथे असा कुणी आणून टाकला? या मंदिराचं पावित्र्यभंग करण्याची कुणाची हिंमत झालीच कशी?"

कुणीतरी तो मेलेला ससा उचलून मंदिराबाहेर टाकून दिला.

दुसऱ्या दिवशी परत एकदा कण्णाप्पा त्याचं अन्न मिळवण्यासाठी शिकारीला गेला; पण त्याला काहीच शिकार मिळाली नाही. "भगवान शंकरांना कालचं जेवण आवडलं की नाही, हे त्यांना विचारायला हवं." तो मनात म्हणाला.

रात्री तो मंदिरात जाऊन बघतो तर काय, त्या रात्री शिवभक्तांचा भलामोठा घोळका तिथे जमा झाला होता. तो महाशिवरात्रीचा दिवस होता, पण त्या बिचाऱ्या अनाथ पोराला त्याची काय कल्पना असणार? एवढ्या लोकांची गर्दी पाहून तो भांबावून गेला आणि घाबरून जवळच्या एका बेलाच्या झाडावर लपून बसला. थोड्याच वेळात त्या झाडावर ताटकळत बसून तो कंटाळला. उगाच काहीतरी चाळा म्हणून झाडाची पानं तोडून खाली फेकू लागला. त्या झाडाच्या खाली एक छोटंसं शिवलिंग होतं. अर्थात कण्णाप्पाला या गोष्टीची काहीच कल्पना नव्हती. बिल्वपत्रं त्या शिवलिंगावर पडत होती.

एकीकडे मंदिरात महाशिवरात्रीचा उत्सव चालू होता. लोक भजनं म्हणत होते, देवाला फळं अणि फुलं अर्पण करून पूजा करत होते.

ती भजनं कण्णाप्पाला खूप आवडली. मग तोसुद्धा त्या भक्तांच्या सुरात सूर मिसळून ती भजनं गाऊ लागला. जरा वेळानं भक्तांनी पंचाक्षरी मंत्राचा घोष सुरू केल्यावर कण्णाप्पाही तो मंत्र म्हणू लागला.

त्यानं शिवलिंगाकडे नीट निरखून पाहिलं. त्याला त्यावर भगवान शंकराचे लाललाल डोळे दिसले. भक्तांनी शिवलिंगावर हळद, कुंकू, लहानलहान लाल फुलं वाहिली होती. त्या सगळ्याचा भगवान शंकरांना नक्कीच त्रास होत असणार व त्यामुळेच त्यांचे डोळे लालभडक झाले असणार, अशी कण्णाप्पाची तर खात्रीच पटली. त्याला भगवान शंकरांविषयी फारच वाईट वाटू लागलं. आपण काहीतरी करून त्यांना मदत केली पाहिजे, असं त्यानं ठरवलं. 'बिचारे भगवान शंकर! इथे या रानात असे एकटे राहतात. त्यांची काळजी घेणारं कुणीसुद्धा नाही!' असं त्याच्या मनात आलं. 'समजा, त्यांना बरं नाहीसं झालं, तर त्यांची सेवा तरी कोण करणार? त्यांच्या भक्तांनी त्यांना जर खायला आणून दिलं नाही, तर त्यांना उपाशीच राहावं लागत असेल,' या विचारांनी तो फार अस्वस्थ झाला.

आदल्या रात्रीच काही भक्त शिवलिंगावर पाणी ओतत असताना (अभिषेक करत असताना) त्यानं पाहिलं होतं. 'भगवान शंकरांना नक्कीच थंडी वाजत असणार. नाही तरी त्यांनी केवळ पानांनीच अंग झाकलं आहे.' कण्णाप्पाच्या मनात विचार चालूच होते.

मग त्यानं भगवान शंकरांना विचारलं, "देवा, मी तुमची काय सेवा करू? तुम्हाला काही आणून देऊ का? जेवण? औषध?"

पण भगवान शंकरांनी त्याला काहीच उत्तर दिलं नाही.

"अरे बापरे! याचा अर्थ ते खूपच आजारी पडले आहेत. त्यांना माझ्या प्रश्नाचं साधं उत्तरही देणं जमत नाहीये." तो स्वतःशी म्हणाला.

मग त्यानं धावतधावत रानात जाऊन काही औषधी वनस्पती, मुळ्या वगैरे

उपटून आणल्या. त्यांचा लेप तयार करून त्यानं तो शिवलिंगावर दिसणाऱ्या लाल डोळ्यांसारख्या जागी लावला, पण तरीही काहीच घडेना.

"अरे बाप रे, हे काय भलतंच घडलं? कदाचित भगवान शंकर अंध झाले असतील. त्यांना काहीच दिसत नसेल. मी जर माझा एक डोळा त्यांना दिला, तर त्यांना नक्की दिसू लागेल. त्यांना बरं वाटेल!" कण्णाप्पा स्वतःशीच उद्गारला. त्याचं हृदय पवित्र आणि मन निर्मळ होतं.

त्यानं मंदिरातला त्रिशूल उचलला. आपला एक पाय शिवलिंगावर आणि दुसरा पाय जमिनीवर ठेवून स्वतःचा नीट तोल सांभाळत त्यानं त्रिशूलाचं तीक्ष्ण टोक स्वतःच्या उजव्या डोळ्याकडे रोखलं.

कण्णाप्पा अशिक्षित, असंस्कृत होता. त्याला कोणतेही मंत्र मुखोद्गत नव्हते, पूजाविधीचं काही ज्ञानही नव्हतं; परंतु त्याच्या मनात अमर्याद भक्ती होती. तो आता आपला डोळा उचकटून काढण्यासाठी त्रिशूल डोळ्याच्या अगदी जवळ नेतच होता, इतक्यात साक्षात भगवान शंकर आपली पत्नी पार्वती हिच्यासह त्याच्यासमोर प्रकट झाले. कण्णाप्पाला शिकार न मिळाल्याकारणानं त्याचा आपोआपच शिवरात्रीच्या दिवशी उपास घडला होता. त्यानं स्वतःच्या नकळत शिवलिंगावर बिल्वपत्रं वाहिली होती. पण त्याहीपेक्षा सर्वांत महत्त्वाचं म्हणजे त्याचं मन अत्यंत निर्मळ, निष्कपट होतं. त्याच्या हृदयाला स्वार्थीपणाचा स्पर्शही झालेला नव्हता. त्यामुळे शंकर त्याच्यावर प्रसन्न झाले.

"तू तुझ्या निष्पाप, निरागस वृत्तीनं मला जिंकून घेतलं आहेस!" भगवान शंकर त्याला म्हणाले, "लोक माझ्यासमोर वेगवेगळी वचनं देतात; पण एकदा का त्यांची मनोकामना पूर्ण झाली, की ते त्या वचनांची पूर्ती करायला विसरतात. त्याउलट तू मात्र तुझ्या बरोबरीच्या माणसांशी जसं वागशील, तशाच सद्भावनेनं माझ्याशी वागलास. तुझ्यासारखी माणसं विरळाच असतात. आजपासून तू माझा सर्वांत मोठा भक्त म्हणून नावारूपाला येशील आणि तुझं नाव माझ्या नावाशी कायमचं जोडलं जाईल. तुला दीर्घायुष्य प्राप्त होईल."

आंध्र प्रदेशातील श्रीकलहस्ती नावाच्या गावात हे मंदिर आजही आहे.

देवाने आपलीशी केलेली मुलगी

फार फार वर्षांपूर्वीची गोष्ट. कर्नाटकातील कोलुरू नावाच्या गावात एक धनिक गृहस्थ राहत होता. तो भगवान शंकरांचा निस्सीम भक्त होता. तो रोज सकाळी भगवान शंकरांना अर्पण करण्यासाठी पेलाभर दूध घेऊन त्यांच्या मंदिरात जायचा.

त्याची पत्नी निवर्तली होती. त्याला एक गोडशी मुलगी होती. तिचं नाव कोडगुसू. ती स्वभावानं खूप सरळ, साधी होती.

रोज सकाळी मंदिरात गेल्यावर तो माणूस शिवपंचाक्षरी मंत्राचा पाच वेळा जप करायचा. मग स्वतःच्या बरोबर आणलेलं पेलाभर दूध तिथेच पिऊन रिकामा पेला घरी परत न्यायचा. कोडगुसू वडिलांनी घरात प्रवेश करताच त्यांच्या हातातून तो पेला घेऊन लगेच दुसऱ्या दिवशी त्यांना मंदिरात नेता यावा, म्हणून तो स्वच्छ धुवून ठेवायची. असा त्यांचा नित्यक्रम कित्येक वर्षं चालू होता.

एक दिवस त्या माणसाला कामानिमित्त बाहेरगावी जावं लागणार होतं. तो कोडगुसूला म्हणाला, "बेटा, मी गेली कित्येक वर्षं भगवान शंकराला दुधाचा नैवेद्य दाखवत आलो आहे. भगवान शंकरानं आपल्या कुटुंबाचं इतकी वर्षं रक्षण केलं. मला त्यांचा क्रोध ओढवून घ्यायचा नाही. तेव्हा तू उद्या सकाळी नक्की मंदिरात पेलाभर दूध घेऊन जा आणि माझ्या वतीनं देवाला हा नैवेद्य दाखव."

कोडगुसूनं तसं करण्याची तयारी दाखवताच तिचे वडील समाधानानं परगावी गेले.

दुसऱ्या दिवशी सकाळी लवकर उठून, वेणीफणी, आंघोळ करून नवे कपडे घालून कोडगुसू तयार झाली. तिनं दूध गरम केलं. मग त्या रोजच्या पेल्यामध्ये साखर घालून तिनं त्यात दूध घेतलं आणि ती मंदिरात गेली. शिवलिंगाला हार घालून तिनं त्या दुधाचा नैवेद्य दाखवला.

"शिवा, महादेवा," ती म्हणाली, "माझे वडील तुमचे निस्सीम भक्त आहेत. हा दुधाचा नैवेद्य दाखवायला त्यांनीच मला सांगितलं आहे. तेव्हा या नैवेद्याचा तुम्ही स्वीकार करा आणि या दुधाचं प्राशन करा."

त्यानंतर ती तिथेच एका कोपऱ्यात बसून राहिली. भगवान शंकर येतील आणि त्या दुधाचं प्राशन करतील, या आशेनं. पण कुणीच आलं नाही. तो भरलेला दुधाचा पेला तसाच राहिला.

"कदाचित भगवान शंकरांना माझी ही विनंती ऐकूच आली नसेल," ती स्वतःशीच म्हणाली. मग ती परत एकदा भगवान शंकरांना उद्देशून म्हणाली, "देवा, माझं नाव कोडगुसू. तुम्हाला रोज दुधाचा नैवेद्य दाखवणारा तुमचा जो निस्सीम भक्त आहे ना, त्याची मी मुलगी. तुम्ही हे दूध लवकर पिऊन टाकाल का? मला ना घरी जाऊन लगेच शाळेला जायचंय हो."

त्यानंतर ती आणखी थोडा वेळ तिथेच ताटकळत थांबली, पण अजूनही काहीच घडेना. शंकर काही प्रकट होईना. "माझी आणि शंकर भगवानांची तशी काहीच ओळख नाही ना? म्हणून त्यांना इथे प्रकट व्हायला थोडा संकोच होत असेल. मी आपली बाहेरच जाते कशी! म्हणजे त्यांना इथे जरा एकांत मिळेल."

असा विचार करून ती मंदिराबाहेर गेली.

कोडगुसू जरा वेळ बाहेर तिष्ठत उभी राहिली. मग परत आत गेली. अजूनही दुधाचा पेला भरलेलाच होता.

आता मात्र ती काळजीत पडली. 'जर भगवान शंकरांनी हे दूध नाहीच प्यायलं, तर मग वडील नक्कीच रागावतील. पण शंकर महादेव माझं का बरं ऐकत नाही आहेत?' तिच्या मनात विचारांचं वादळ सुरू झालं.

मग ती शिवलिंगापुढे बसून देवाची करुणा भाकू लागली. "देवा, तुम्ही दूध प्या ना. तुम्हाला बळकट आणि ताकदवान होण्यासाठी याची गरज आहे. शिवाय मी आज त्यात साखरसुद्धा घातली आहे. त्यामुळे ते चवीला गोड लागेल. तुम्हाला ते नक्की आवडेल आणि हे पाहा, तुम्ही मला संकटात टाकू नका हं. हे दूध लवकर पिऊन टाका. आज जर हे दूध तुम्ही प्यायलंत ना, तर मी उद्या तुमच्यासाठी लाडू घेऊन येईन."

पण तरीही काहीच घडेना. मंदिरात शांतता होती.

हताश, निराश होऊन कोडगुसू हमसाहमशी रडू लागली. बघताबघता वेळ निघून जात होता. सकाळ सरून दुपार उजाडली. शंकर भगवान अजूनही जिथे होते तिथेच होते. कोडगुसूच्या हुंदक्यांचे आवाज मधूनच ऐकू येत होते. तिला एकीकडे आपल्या वडिलांची भीती वाटत होती, तर दुसरीकडे देवाच्या या हट्टीपणाला ती कंटाळली होती. नैराश्याच्या भरात तिनं आपलं कपाळ जोरजोरात त्या शिवलिंगावर आपटून घेण्यास सुरुवात केली. "देवा, माझं काही चुकलं का? तुम्ही जर या नैवेद्याचा स्वीकार केला नाहीत, तर मी माझ्या वडिलांना काय उत्तर देऊ?"

तिचं हे करुण रुदन कैलास पर्वतावर वास्तव्य करून राहणाऱ्या शंकर भगवानांच्या कानांवर पडलं. तिच्या त्या निरागसपणामुळे त्यांचं हृदय हेलावून गेलं. मग ते शिवलिंगामधून तिच्यासमोर प्रकट झाले.

कोडगुसूचा आनंद तर गगनात मावेना. ती खूप उत्साहानं, आनंदानं खळखळून हसत म्हणाली, "मी तुमची छायाचित्रं पाहिली आहेत, पण त्यापेक्षा तुम्ही किती वेगळे दिसता. तुम्ही किती कनवाळू आहात! आणि खरं सांगू, तुम्ही तर अगदी साधे, चारचौघांसारखेच आहात. पण एक सांगा, तुम्ही इतका वेळ कुठे लपून बसला होता?"

मग त्यांच्या उत्तराची वाटसुद्धा न पाहता ती म्हणाली, "बरं, ते जाऊ दे. तुम्ही इथे आलात, म्हणून मला फार बरं वाटलं. आता तुम्ही झटपट हे दूध पिऊन टाका आणि रिकामा पेला मला परत द्या."

महादेवानं ते दूध घटघटा पिऊन टाकून रिकामा पेला तिला परत दिला. कोडगुसूनं त्यांचे अगदी मनापासून आभार मानले व ती धावतच घरी परत गेली.

शंकरानं बराच वेळ तिला प्रेमानं निरखून पाहिलं. त्यानंतर ते कैलास पर्वतावरील आपल्या निवासस्थानी परत गेले.

घरी परतल्यावर कोडगुसूनं तो पेला स्वच्छ धुवून ठेवला आणि घाईघाईनं तयार होऊन शाळेत गेली.

संध्याकाळी तिचे वडील प्रवासानं दमूनभागून घरी परतले, पण त्यांचा चेहरा समाधानी दिसत होता. त्यांचा प्रवास उत्तम पार पडला होता. कामकाजही मनासारखं झालं होतं. ते घरी विश्रांती घेत पडल्यापडल्या विचार करत होते. "शंकर देव खरंच महान आहेत. त्यांच्याच आशीर्वादामुळे आजचा दिवस खूपच चांगला पार पडला. उद्या सकाळी मी त्यांना कृतज्ञतापूर्वक लाडवांचा नैवेद्य दाखवीन."

तेवढ्यात त्यांना एका गोष्टीची आठवण झाली. प्रवासाला निघण्यापूर्वी त्यांनी आपल्या मुलीवर एक मोठी जबाबदारी सोपवली होती. ते कोडगुसूकडे वळून म्हणाले, "काय गं, आज सकाळी मी तुला जे काम सांगितलं होतं ते केलंस ना? भगवान शंकरांसाठी मी तुला दुधाचा नैवेद्य घेऊन मंदिरात जायला सांगितलं होतं. गेली होतीस ना?"

"हो, हो. गेले होते ना. पण कित्येक तास लोटले, तरी शंकर भगवान दूध प्यायला आलेच नाहीत. मी किती विनवण्या केल्या. शेवटी मी त्यांना रागावलेसुद्धा. तेव्हा अखेरीस ते आले आणि दूध पिऊन गेले. पण बाबा, तुम्ही रोज जेव्हा मंदिरात जाता, तेव्हा काही शंकर भगवान इतका वेळ लावत नाहीत. ते लगेच येऊन दूध पिऊन जातात ना? कारण तुम्हाला तर मंदिरातून घरी परत यायला कधीच उशीर होत नाही. मला वाटतं, तुम्ही वयानं मोठे आहात ना; म्हणून ते तुमचं ऐकतात. शिवाय ते तुम्हाला नीट ओळखतात. किंवा कदाचित असंही असेल, मी खूप छोटी आहे ना, त्यामुळे माझी प्रार्थना त्यांना ऐकूच जात नसेल."

कोडगुसूचे ते शब्द ऐकून तिच्या वडिलांना धक्का बसला. ते म्हणाले, "बेटा, इथे ये आणि माझ्यापाशी बस बघू. अगदी सावकाश सांग."

मग कोडगुसूने घडलेली हकिगत त्यांना अगदी तपशीलवार सांगितली.

ते ऐकून त्या माणसाचा आपल्या कानांवर विश्वासच बसेना.

आपली मुलगी कधीही खोटं बोलत नाही, हे त्याला माहीत होतं; परंतु शिवलिंगामधून साक्षात शंकर भगवान प्रकट झाले? हे कसं शक्य होतं? मग त्याच्या मनात आलं, 'कदाचित मंदिरात कुणीतरी लपून बसलेलं असेल आणि आपणच भगवान शंकर असल्याची बतावणी करून कोडुगूसला फसवलं असेल. बिचारी इतकी भोळी आहे; तिला ते खरंच वाटलं. आता उद्या परत हिला दुधाचा पेला घेऊन मंदिरात पाठवलं पाहिजे. तिच्या मागोमाग आपणही जाऊन त्या लबाड इसमाला पकडलंच पाहिजे.'

त्या माणसाला त्या रात्री नीट झोपच लागली नाही. दुसऱ्या दिवशी सकाळी तो आपल्या मुलीला हाक मारून म्हणाला, ''हे घे दूध आणि शंकराच्या देवळात जाऊन याचा नैवेद्य दाखव.''

त्यावर ती म्हणाली, ''बाबा, तुम्ही पण चला ना माझ्यासोबत देवळात. अहो, ते शंकर भगवान प्रकट व्हायला खूप वेळ लावतात. लवकर येतच नाहीत ते! मला आजही शाळेला उशीर होईल ना.''

''नाही कोडगुसू. मी जसं सांगितलंय, तसंच कर. आज हे दूध घेऊन तूच देवळात जा. मी नंतर कधीतरी जाईन.'' तो आपल्या मुलीला म्हणाला.

ती निघाल्यावर तिच्या नकळत तोही तिच्या पाठोपाठ देवळात गेला. ती शंकराच्या पिंडीसमोर उभी राहताच तो मागे लपून काय घडतं ते चोरून पाहू लागला. आदल्या दिवशीप्रमाणेच कोडगुसूने शंकर भगवानांना दुधाचा नैवेद्य दाखवला आणि त्यांनी ते दूध लगेच प्राशन करावं, म्हणून ती त्यांची मनधरणी करत राहिली, पण त्याचा काहीच उपयोग झाला नाही.

कोडगुसूने मंदिरात सभोवर नजर फिरवली; पण कुणीच नव्हतं. काल कुणीतरी शंकरासारखा वेश करून येऊन आपल्या मुलीला फसवून दूध पिऊन गेलं, अशी त्या माणसाची खात्रीच पटली. तो अस्वस्थ होऊन लपलेल्या जागेतून बाहेर आला. तो कोडगुसूला रागावून म्हणाला, ''हे बघ, काल कुणीतरी तुला फसवलेलं दिसतंय. कालसुद्धा भगवान शंकर इथे प्रकट झालेच नव्हते. दुसराच कुणीतरी भामटा येऊन तुला फसवून ते दूध पिऊन गेला आणि तू मूर्खासारखी फसलीस. वेडीच आहेस तू!''

''नाही, नाही. मुळीच नाही. ते खरंच भगवान शंकर होते. त्यांचा कंठ निळा होता. केस कुरळे होते. त्यांच्या माथ्यावर चंद्रकोर होती. हातात त्रिशूळ होतं. ते माझ्याकडे स्मितहास्य करून बघत होते. त्यांनी गळ्यात रुद्राक्षाची माळ घातली होती. मी त्यांना दूध दिलं. बाबा, ते खरे आहेत हो. मी खोटं नाही बोलत.''

पण तरीही तिच्या वडिलांचा तिच्यावर विश्वास बसेना.

आपल्या वडिलांना आपलं बोलणं खरं वाटत नाही हे पाहून बिचाऱ्या कोडगुसूला अतीव दुःख झालं. ती शिवलिंगाभोवती हातांचा विळखा घालून रडू लागली. ती भगवान शंकरांची आळवणी करत म्हणाली, ''देवा, आता तुम्ही खरंच प्रकट व्हा. जर तुम्ही नाही आलात, तर माझ्या वडिलांना वाटेल, मी खोटारडी आहे. आता माझा खरेपणा सिद्ध करणं फक्त तुम्हाला शक्य आहे. मी खोटं बोललेच नाहीये. मग त्याबद्दल मला शिक्षा का बरं व्हावी?''

अचानक फार मोठा गडगडाट झाल्यासारखा आवाज होऊन ते शिवलिंग दुभंगलं. त्यातून खुद्द भगवान शंकर प्रकट झाले. त्यांनी लहानग्या कोडगुसूला

जवळ घेतलं. मग ते तिच्या वडिलांकडे पाहत म्हणाले, ''लहान मुलं फार निरागस असतात. आता पुन्हा कुणी तिची कसोटी पाहण्याचा प्रयत्न करून मला इकडे धावून येण्यास भाग पाडू नये, म्हणून मी तिला इथून घेऊनच जाणार आहे. ती आता कायमची माझ्याचकडे राहील.''

भगवान शंकरांनी कोडगुसूला स्वतःच्या उराशी कवटाळून धरलं होतं. आता हळूहळू ते शिवलिंग परत जुळून येत होतं. म्हणजे शंकर खरोखरच तिला स्वतःबरोबर घेऊन जाणार होते.

ती गोष्ट लक्षात येताच कोडगुसूचे वडील तिला परत आणण्यासाठी धावले, पण ते शिवलिंगापाशी पोहोचेपर्यंत फार उशीर झाला होता. त्यांच्या मुठीत कोडगुसूच्या केसांच्या चार बटा तेवढ्या आल्या.

अशी आख्यायिका आहे की, आजही कोलुरू येथील मंदिरात असलेल्या त्या शिवलिंगावरून जर कुणी हात फिरवला, तर मऊ केसांवरून हात फिरवत असल्याचा भास होतो.

आदि शंकराचार्यांची कथा

केरळच्या एर्नाकुलम जिल्ह्यात पेरियार नदीच्या पूर्वेला कालाडी नावाचं एक गाव आहे. आठव्या शतकात या गावात अरिअंबा नावाची एक विधवा स्त्री आपल्या मुलासोबत इथे राहत होती. त्या मुलाचं नांव शंकर.

शंकर लहानपणापासूनच हुशार आणि तरतरीत होता. त्याची निरीक्षणशक्ती तीव्र होती. आपल्या आजूबाजूला घडणाऱ्या गोष्टींकडे त्याचं अगदी बारीक लक्ष होतं. तो अतिशय बुद्धिमान होता. आपण साधू व्हायचं, असं त्यानं लहान वयातच ठरवून टाकलं होतं. 'आई, मला साधू-संन्यासी कधी होता येईल?' असं तो आपल्या आईला वारंवार विचारत असे. ''तू मला तशी परवानगी देशील का?''

आपल्या एकुलत्या एक मुलाचा वियोग होणार, ही कल्पना अरिअंबेला सहनच होत नसे. त्यामुळे ती त्याला परवानगी द्यायला तयार नव्हती.

शंकरलासुद्धा आपल्या आईला नाराज करायचं नव्हतं. त्यामुळे तो गप्प बसायचा; पण त्यानं आशा सोडली नव्हती.

तो आठ वर्षांचा असताना एक दिवस एक घटना घडली. तो नदीवर स्नानासाठी गेलेला असताना एका सुसरीनं त्याचा पाय तोंडात घट्ट पकडून ठेवला. ती तो सोडेना. त्याची आई ते दृश्य पाहून घाबरली. तिनं मदतीसाठी आरडाओरडा सुरू केला; पण जवळपास हाकेच्या अंतरावर कुणीच नव्हतं.

''अम्मा,'' शंकर रडतरडत म्हणाला. ''तू आत्ताच्या आत्ता मला साधू होण्याची

परवानगी दिलीस, तर ही मगर माझा पाय सोडून देईल. कसं काय, हे काही मला विचारू नको, पण तसंच घडेल, हे नक्की.''

ते ऐकून त्याची आई अगतिकपणे रडत त्याच्याकडे पाहू लागली.

''अम्मा, तू काहीतरी बोल ना. माझ्या मनाला, माझ्या हृदयाला जे वाटतंय, ते तू मला करू देणार आहेस की नाही?''

अरिअंबेला कसंही करून आपल्या मुलाचे प्राण वाचवायचे होते. तिनं मान हलवून होकार दिला.

त्याबरोबर त्या मगरीनं लगेच आपला जबडा वासला आणि तिथून निघून गेली.

त्यानंतर काही दिवसांनी अंतिम सत्याचा शोध घेण्यासाठी म्हणून शंकर घराबाहेर पडला; पण जाण्यापूर्वी आईनं, म्हणजेच अरिअंबेनं त्याच्याकडून एक वचन घेतलं. ''हे बघ बाळा,'' ती म्हणाली, ''तुला जिथे जायचं असेल तिथे जा. पण जेव्हा माझ्या मरणाची बातमी तुझ्या कानावर पडेल, तेव्हा जिथे कुठे असशील, तिथून माझे अंतिम संस्कार करण्यासाठी तू धावून यायचंस. येशील ना? तसं मला वचन दे मला.''

लवकरच शंकर गुरू गोविंदपाद यांचा शिष्य बनला. काही दिवसांतच त्यानं वेद, उपनिषदं, ब्रह्मसूत्र आणि इतर अनेक धर्मग्रंथांचं पारायण केलं. त्यानं संपूर्ण भारतभर प्रवास करून अद्वैताच्या तत्त्वज्ञानाचा प्रसार केला. आजही त्यांच्या या कार्याबद्दल त्यांचं नाव सर्वतोमुखी आहे. त्यांनी अनेक मठांची स्थापना केली. त्यांपैकी चार आजही प्रसिद्ध आहेत. यांतील पहिला मठ कर्नाटकातील शृंगेरी येथे आहे. उरलेले तीन मठ केदार, पुरी आणि द्वारका येथे आहेत. शंकराचे अनेक शिष्य होते. सुरेश्वर, पृथ्वीधर, बोधेंद्र आणि ब्रह्मेंद्र हे त्याचे काही ख्यातनाम अनुयायी. लोक त्याला साक्षात भगवान शंकरांचा अवतार मानत. अखेर तो मिथिलेमधील माहेश्वरी या एका पुरातन स्थळी जाऊन राहिला. आज हे स्थळ बिहारमध्ये आहे. येथील वास्तव्यात त्याने अनेक महत्त्वपूर्ण ग्रंथ लिहिले. हे ग्रंथ आजही वाचले जातात.

शंकरला अनन्यसाधारण बुद्धिमत्ता लाभली होती. त्याच्यासमोर वादविवादासाठी आलेल्या असंख्य पंडितांना या अचाट बुद्धिमत्तेच्या जोरावर तो हरवत असे. एकदा अशीच मंडन मिश्रा नामक एका अत्यंत विद्वान पंडिताशी त्याची गाठ पडली. त्या दोघांची पांडित्यपूर्ण चर्चा व वादविवाद होणार असे ठरले. त्यामध्ये मंडन मिश्रा या पंडिताची धर्मपत्नी पंच म्हणून काम पाहणार होती. ती अतिशय निःस्पृह म्हणून प्रसिद्ध होती. दोघाही पती-पत्नीचा भारतीय तत्त्वज्ञानाचा गाढा अभ्यास होता. या

टीप : अद्वैत याचा अर्थ जीव आणि शिव म्हणजेच आत्मा आणि परमात्मा एकच आहेत या संकल्पनेचा पुरस्कार करणारं तत्त्वज्ञान.

वादात जर मंडन मिश्रा पंडिताची हार झाली, तर त्यानं संन्यास घ्यायचा आणि शंकरची हार झाली, तर त्यानं विवाह करून गृहस्थाश्रम स्वीकारायचा, असं ठरलं होतं.

हा वादविवाद कितीतरी दिवस चालू होता; पण त्या अखेर शंकरनं मंडन मिश्रा पंडितास हरवलं. शंकर विजयी झाला. याचा परिणाम केवळ मंडन मिश्राच्याच नव्हे, तर त्याची पत्नी उभयाभारती हिच्याही आयुष्यावर होणार होता; परंतु त्याची पर्वा न करता, तिनं योग्य तो निर्णय देऊन शंकरलाच विजयी म्हणून घोषित केलं.

त्यानंतर मंडन मिश्राने संन्यास घेतला व तो शंकरचा अनुयायी बनला. त्यानं सुरेश्वर हे नाव धारण केलं. शृंगेरी मठाच्या पहिल्या काही आचार्यांपैकी हा एक.

वयाच्या बत्तिसाव्या वर्षी शंकर अचानक केदारनाथमधून गायब झाला. नंतर त्याच्याविषयी काहीच ऐकू आलं नाही. परंतु आजही संपूर्ण भारतात सर्वत्र लोक आदि शंकराचार्यांना मानतात. भारताच्या इतिहासातील अतिशय कुशाग्र बुद्धीच्या व्यक्तींमध्ये त्यांचा समावेश होतो.

केरळचा राजा

खूप खूप वर्षांपूर्वीची गोष्ट. केरळचा राजा भगवती देवीचा निस्सीम भक्त होता. तो एक न्यायी शासनकर्ता होता. त्याच्या प्रजेचं त्याच्यावर प्रेम होतं. तो अनेकदा सामान्य माणसाची वेशभूषा करून राज्यात हिंडायचा. आपल्या राजधानीत काय घडामोडी चालू आहेत, सामाजिक परिस्थिती खरी कशी आहे, हे जाणून घेण्याचा त्याचा खटाटोप असे.

एक दिवस अशा प्रकारे वेशांतर करून राज्यात फेरफटका करून परत येत असताना वाटेत त्याला भगवती देवीचं मंदिर लागलं. एव्हाना रात्र झाली होती. मंदिराच्या परिसरात कुणीच नव्हतं. मंदिराच्या ओसरीत लांब केसाची एक स्त्री रडत होती. ती नीटनेटकी दिसत होती. कपडेही टापटिपीचे होत; पण इतक्या रात्री ही स्त्री इथे एकटीच काय करत असेल, या विचारानं त्याला जरा आश्चर्य वाटलं.

तो तिच्याजवळ जाऊन म्हणाला, ''माते, तू का बरं रडेतस? काय झालं? तुला कसला त्रास आहे सांग! मी तुला काही मदत करू का?''

त्यावर डोळे पुसत ती स्त्री म्हणाली, ''बाळा, मी आत्ता खूप दुःखात आहे, कारण लवकरच मला ही जागा सोडून कायमचं निघून जावं लागणार आहे.''

''पण का?''

''मी या राज्याची राजलक्ष्मी आहे. मी माझ्यासोबत शांती, समृद्धी, धनधान्य घेऊन येते; पण आता माझा इथला मुक्काम संपला. आता मला जायला हवं.''

''पण का? कशामुळे? इथे असं काय बदललंय, ज्यामुळे तुला निघून जावं

लागतंय?'' राजा म्हणाला.

''हे आयुष्य असं चढउतारांनी भरलेलं असतं आणि उद्यापासूनच या राज्याच्या अधोगतीची सुरुवात होत आहे. खरं तर मला इथून जायचं नाहीये; पण मला जावं तर लागणारच.''

''त्यासाठी मी काही करू शकतो का?'' राजा म्हणाला. पण त्यानं अजूनसुद्धा आपण कोण आहोत हे काही तिला सांगितलंच नव्हतं, पण त्या स्त्रीच्या तोंडचं ते गूढ बोलणं ऐकून तो जरा काळजीत पडला होता.

''मला केवळ या राज्याची प्रजाच मदत करू शकते. त्यांनी मनावर घेऊन काही केलं, तरच मला इथे राहता येईल.'' ती म्हणाली.

ते ऐकून राजा थोडा वेळ गप्पच राहिला. ''ठीक आहे. मी जरा वेळ या गोष्टीवर विचार करतो, पण आधी मी मंदिरात जाऊन देवीची करुणा भागतो. आता तीच यातून आपल्याला काहीतरी मार्ग दाखवेल. त्याआधी मला स्नान केलं पाहिजे. पण माते, इथे असलेल्या या विहिरीच्या पायऱ्या उतरून मी खाली जातो आणि विहिरीच्या पाण्यानं स्नान करतो. तोपर्यंत तू माझे कपडे सांभाळशील का?''

त्यावर त्या स्त्रीनं मान हलवून होकार दिला. ती म्हणाली, ''पण तू लवकर परत ये. आता पहाट होईल. माझ्याकडे फार जास्त वेळ नाहीये.'' तिच्या आवाजात विषाद होता.

''पण मी परत येईपर्यंत तू नक्की इथे थांबशील ना?'' राजा म्हणाला.

''हो. मी तुला तसं वचन देते. मी दिलेला शब्द कधीही मोडत नाही. फक्त तू शक्य तितक्या लवकर परत ये.'' ती म्हणाली.

मग राजा मंदिराच्या प्रांगणातील विहिरीकडे गेला. त्यानं पाण्यात एक उडी मारली आणि तो बुडून गेला. राजाने त्याच्या या कृतीने निःस्वार्थीपणाची परिसीमा गाठली.

वरती ओवरीत बसून ती स्त्री राजाची परत येण्याची वाट पाहत राहिली, पण तो परत येण्याचं काहीच चिन्ह नव्हतं. अखेर पहाट झाली. आता राजा काही परत येत नाही, हे तिलाही कळून चुकलं. परंतु राजा परत येईपर्यंत त्याची नगरी सोडून न जाण्याचं वचन ती त्याला देऊन बसली होती. त्यामुळे तिला मंदिरात परत जावं लागलं.

अशा प्रकारे आपल्या प्रजेच्या हितासाठी, कल्याणासाठी राजानं आपले प्राण वेचले. लक्ष्मीमातेला केरळ राज्यात कायमचं वास्तव्य करून राहणं भाग पडलं.

❖

संभवामि युगे युगे

दधिची मुनींच्या अस्थी

दधिची मुनी हे अत्यंत श्रद्धाळू आणि प्रेमळ होते. ते भगवान विष्णूंचे निस्सीम भक्त होते. प्रसिद्ध नारायण कवचम् स्तोत्र त्यांच्याच लेखणीतून साकार झालं होतं.

देव आणि दानवांच्या युद्धात जेव्हा कधी देवांचा पराभव होई, तेव्हा ते आपली सर्व शस्त्रास्त्रं आणून दधिची मुनींच्या हवाली करत. दधिची मुनी त्या अस्त्रांचं संरक्षण करत.

एकदा बराच काळ लोटूनसुद्धा देव आपली शस्त्रास्त्रं परत घेऊन जाण्यासाठी दधिची मुनींकडे आलेच नाहीत. याचं कारण असं होतं की, बऱ्याच दिवसांत देव दानवांमध्ये युद्धच झालं नव्हतं. अशी कित्येक दशकं लोटली. दधिची मुनींना त्या शस्त्रास्त्रांची राखण करण्याचा कंटाळा आला. त्यांना मधुविद्या नावाचा एक खास मंत्र अवगत होता. त्याचा जप करून त्यांनी त्या सर्व अस्त्रांचं द्रवात रूपांतर केलं. मग तो द्राव पाण्यात मिसळून त्यांनी ते पाणी पिऊन टाकलं. त्यामुळे आता ते कुठेही भ्रमंती करण्यास मोकळे होते. शिवाय देवांची ती सर्व शस्त्रास्त्रं त्यांच्या बरोबरच होती.

एकीकडे वृत्रासुर नावाच्या एका महाबलाढ्य असुरानं ब्रह्मदेवांकडून एक भयंकर वरदान प्राप्त केलं होतं. भयंकर अशासाठी, की त्यामुळे लाकूड अथवा धातूपासून बनवलेल्या कोणत्याच अस्त्रानं त्याचा वध होणं आता शक्य नव्हतं. त्यामुळे तो आता अत्यंत बलशाली आणि तितकाच उद्दाम बनला.

एक दिवस तर त्यानं जगातील सर्व पाणीच चोरून नेलं. जगभर सर्वत्र पुरुष, स्त्रिया, वृद्ध व लहान मुलं पाण्याअभावी तडफडून मृत्युमुखी पडू लागली.

या सर्वांनी भयभीत होऊन इंद्रदेवाची आराधना सुरू केली. अखेर त्यांची विनवणी इंद्रदेवाच्या कानावर पडली. इंद्रदेव तातडीनं आपली अस्त्रं परत घेण्यासाठी दधिची मुनींकडे जाऊन उभे ठाकले.त्यांनी आजूबाजूला पाहिलं, पण त्यांना आपली

अस्त्रं कुठेच दिसेनात. इंद्रदेवांचा क्रोध अनावर झाला. ते दधिची मुनींवर ओरडत म्हणाले, "तुम्ही आमच्या शस्त्रास्त्रांचं काय केलंत? तुम्ही ती कुठे गहाळ वगैरे केलीत की काय? हा असला बेजबाबदारपणा शोभतो का तुम्हाला?"

दधिचींनी इंद्रदेवाचं बोलणं शांतपणे ऐकून घेतलं. वृत्रासुर नावाच्या राक्षसानं सर्वांना कसं सळो की पळो करून सोडलं आहे, त्याला ब्रह्मदेवांकडून प्राप्त झालेल्या त्या वरामुळे त्याचं शरीर कसं जवळजवळ अभेद्य बनलेलं आहे, हे इंद्रदेवांनी त्यांना सांगितलं.

त्यांचं सगळं बोलणं संपल्यावर दधिची मुनी स्मितहास्य करत म्हणाले, "तुमची सगळी शस्त्रास्त्रं माझ्याकडे सुखरूप आहेत. मी योगसामर्थ्यानं ती सगळी वितळवून पाण्यात विरघळवून टाकली. मी आता माझ्या शरीराचा त्याग करतो. मग माझ्या अस्थींपासून देवांना अस्त्रं तयार करायला सांगा, म्हणजे ती लाकूड अथवा धातूपासून बनवलेली नसल्यामुळे त्यांचा वापर करून तुम्हाला वृत्रासुराचा वध करणं शक्य होईल. तुमचा निश्चित विजय होईल."

आपण विनाकारण संतप्त होऊन दधिची मुनींवर ओरडलो याची जाणीव होताच इंद्रदेव लज्जित झाले. परंतु या सर्व प्रकारात दधिची मुनींचा जीव जाणार याची त्यांना जाणीव झाली. त्यांचे प्राण कसे वाचवता येतील, याचा ते विचार करू लागले.

त्यांची सचिंत मुद्रा पाहून दधिची मुनी शांतपणे म्हणाले, "देवा, हे शरीर नश्वर आहे. कधी ना कधीतरी मला मृत्यू येणारच आहे. मग तो मी आत्ताच पत्करायला तयार आहे. निदान मला त्यायोगे सर्व देवांसाठी काहीतरी करण्याची संधी तरी मिळेल."

त्यांचं बोलणं ऐकून इंद्रदेवांनी मान हलवून होकार दिला, पण त्यांच्या चेहऱ्यावर विषाद उमटला होता.

आपलं यौगिक सामर्थ्य वापरून इंद्रदेवांच्या आशीर्वादानं दधिची मुनींनी आपल्या देहाचा त्याग केला. दधिची मुनींच्या पाठीच्या कण्याच्या अस्थींपासून इंद्रदेवांनी वज्रायुध नावाचं एक अस्त्र तयार केलं. राहिलेल्या अस्थींपासून आणखी काही अस्त्रं तयार केली. वज्रायुध हे एखाद्या हिऱ्यासारखं कठीण होतं. त्याचा वापर करून इंद्रदेवांनी वृत्रासुराचा पराभव केला.

अखेर पृथ्वीवरचं सगळं पाणी परत आलं. दधिची मुनींच्या या महान स्वार्थत्यागामुळेच हे घडू शकलं. लोकांच्या जिवात जीव आला. त्यांनी सुटकेचा निःश्वास सोडला व नंतर आनंदोत्सव साजरा केला.

समुद्रमंथन

एक दिवस एक अप्सरा अत्यंत मादक सुगंध असलेल्या कमलपुष्पांची माला घेऊन चाललेली असताना ती कोपिष्ट म्हणून प्रसिद्ध असलेल्या दुर्वास ऋषींच्या दृष्टीस पडली. त्या अप्सरेचं नाव होतं सुमती. त्या पुष्पमालेच्या सुगंधाने दुर्वास ऋषी मंत्रमुग्ध झाले. त्यांना ती माला स्वतःसाठी हवीशी वाटली म्हणून ते अप्सरा सुमतीला हाक मारून म्हणाले, "ही पुष्पमाला तू मला देतेस का?"

खरं म्हणजे सुमतीला ती माला त्यांना मुळीच द्यायची नव्हती. ती तिला स्वतःकडेच ठेवायची होती; पण दुर्वास ऋषींच्या कोपिष्ट स्वभावाला घाबरून तिने ती माला त्यांना देऊन टाकली.

दुर्वासांनी जरा वेळ त्या पुष्पमालेच्या सुगंधाचा आनंद घेतला. त्यानंतर ती माला इंद्रदेवाला अर्पण करायचं त्यांनी ठरवलं. इंद्रदेवांना त्यांच्या स्वतःच्या देखण्या रूपाचा, त्यांच्या पदाचा आणि त्यांच्या रूपसुंदर पत्नी शचीचा अत्यंत गर्व होता. दुर्वास ऋषींनी इंद्रदेवांना ती सुगंधी पुष्पमाला अर्पण केल्यावर त्यांना त्या गोष्टीचं विशेष काही वाटलं नाही. त्यांनी ती दुर्वासांकडून स्वीकारून लगेच आपल्या हत्तीच्या सोंडेवर ती टाकली. परंतु हत्तीला त्या पुष्पमालेचा सुगंध जास्त वेळ सहन झाला नाही. त्यामुळे त्याने ती जमिनीवर भिरकावून पायदळी तुडवली.

हे पाहून अर्थातच दुर्वास ऋषींचा क्रोध अनावर होऊन त्यांनी इंद्राला शाप दिला. "इंद्रदेवा, तुम्ही देवांचे राजे असल्याचा तुम्हाला गर्व झालेला दिसतो. तुम्हाला जर कुणी प्रेमाने काही भेट दिली, तर त्याचा स्वीकार करण्याची क्षमतासुद्धा तुमच्यात उरलेली नाही. त्याबद्दल मी केवळ तुम्हालाच नव्हे, तर तुमच्या प्रजाजनांनासुद्धा शाप देत आहे. तुमच्या चुका तुमच्यापुढे उघड करून मांडण्याचं धार्ष्ट्य तुमच्या प्रजाजनांच्या अंगी नाही, हीसुद्धा त्यांची मोठी चूकच आहे. आता लवकरच तुमच्या अंगची सर्व शक्ती नष्ट होऊन तुम्ही दुबळे होऊन जाल. तुमच्या जुन्या रूपाची एक

पोकळ प्रतिमा फक्त शिल्लक उरेल.''

काही दिवसांतच त्या शापाचा प्रभाव दिसू लागला. इंद्रदेवांची शक्ती हळूहळू क्षीण होत चालली आणि ते असुरांबरोबरच्या सर्व लढाया हरू लागले. त्या वेळी असुरांचा राजा बळी हा होता. हा भक्त प्रल्हादाचा नातू. याचं संपूर्ण पृथ्वीतलावर राज्य होतं.

देव अत्यंत हताश व अगतिक होऊन भगवान विष्णूंकडे गेले.

विष्णू भगवान गूढ हसत म्हणाले, ''तुम्हा सर्वांना थोडं धोरणीपणाने वागणं शिकायला हवं.'' मग ते पुढे म्हणाले, ''समुद्राच्या तळाशी अमृताचा कुंभ आहे. तुम्ही समुद्रमंथन करून तो कुंभ मिळवा. त्यातील अमृताचा केवळ एक घोट जरी तुम्ही प्राशन केलात, तरी तुम्हाला अमरत्त्व प्राप्त होईल. पण एक गोष्ट लक्षात असू देत. त्या अमृताविषयी बळी यालासुद्धा माहीत आहे. शिवाय हे समुद्रमंथन घडवून आणणं हे एकट्या देवांच्या ताकदीबाहेरचं आहे. तुम्हाला त्यासाठी असुरांचीसुद्धा मदत घ्यावी लागेल. त्यामुळे हे मंथन घडवून आणून अमृत कसं प्राप्त करायचं, हे तुम्ही पाहा. अर्थात तुमच्या मार्गदर्शनासाठी मी तिथे असेनच.''

निदान आपल्या समस्येवर काहीतरी उपाय आहे, हे कळल्यावर इंद्रदेवांना आनंद झाला. ते स्वतः बळीला भेटायला गेले. देवांनी व असुरांनी मिळून एकत्रितपणे समुद्रमंथन कसं केलं पाहिजे, हे त्याला त्यांनी पटवून दिलं.

मंदार पर्वताची रवी आणि वासुकी सर्पाचा दोर करून सुर आणि असुर यांनी मिळून हे समुद्रमंथन सुरू केलं. वासुकीच्या डोक्याकडील बाजू असुरांनी पकडली, कारण सर्पाचं डोकं हे त्याच्या शेपटीपेक्षा जास्त शक्तिशाली असतं, असं त्यांना वाटलं. परंतु भगवान विष्णूंचा सल्ला ऐकून देवांनी मुद्दामच वासुकीच्या शेपटाकडील बाजू स्वतःच्या हातात पकडली. समुद्रमंथन सुरू होताच वासुकी सर्प जेव्हा पिळवटून निघेल, तेव्हा त्याच्या मुखातून विषारी धूर निघेल. तो धूर देवांनी श्वासाबरोबर आत घेऊ नये, अशी भगवान विष्णूंची इच्छा होती. ते विष पचवण्याची ताकद असुरांमध्ये आहे; पण देवांमध्ये नाही, याची त्यांना कल्पना होती.

मंथन सुरू झाल्यावर काही वेळातच घुसळण्याचं काम करणारा मंदार पर्वत खाली बुडू लागला. भगवान विष्णूंनी तत्काळ कूर्मावतार धारण करून मंदार पर्वताच्या तळाशी जाऊन तो आपल्या पाठीवरती तोलला. त्यामुळे ते मंथन निर्विघ्नपणे सुरू राहिलं.

त्या मंथनातून अत्यंत अनपेक्षित आणि चमत्कृतीपूर्ण गोष्टी बाहेर पडल्या.

सर्वांत आधी बाहेर आली लक्ष्मी– संपत्ती व समृद्धीची देवता. ती एका कमळातून बाहेर आली. तिनं लाल रंगाचं वस्त्र व अलंकार परिधान केले होते. तिने जेव्हा भगवान विष्णूंना त्यांच्या मूळ देखण्या रूपात पाहिलं, तेव्हा तिनं त्यांचा पती म्हणून स्वीकार केला. त्यानंतर ती त्यांची अर्धांगी बनून सतत त्यांच्याबरोबर राहिली.

त्यानंतर कौस्तुभ हे जगातील सर्वांत अनमोल रत्न बाहेर आलं. ते भगवान विष्णूंनी स्वतःकडे ठेवून घेतलं.

कौस्तुभ रत्नानंतर सदाबहार पारिजात वृक्ष बाहेर पडला. इंद्रदेवांनी तो नंदनवनात लावला.

असुरांचं संपूर्ण लक्ष मात्र केवळ त्या अमृताच्या कुंभाकडे लागून राहिलेलं असल्यामुळे त्यांनी मंथनातून बाहेर पडणाऱ्या इतर सर्व गोष्टींकडे दुर्लक्ष केलं.

पण अजूनही बरंच काही त्या मंथनातून बाहेर येणार होतं.

नंतर चंद्रदेव बाहेर पडले आणि भगवान शंकरांच्या मस्तकावर विराजमान झाले.

त्यानंतर महाभयंकर हलाहल हे विष बाहेर आलं. ते पाहून देव आणि असुर या दोघांचीही भीतीने गाळण उडाली. त्या विषाचा नुसता एक थेंब जरी पृथ्वीवर सांडला असता, तरी संपूर्ण पृथ्वी भस्मसात झाली असती. ते हलाहल स्वतःकडे ठेवून घेण्याची जबाबदारी स्वीकारायला कोणीच पुढे होत नाही, हे पाहताच भगवान शंकर पुढे सरसावले. पार्वतीनं त्यांना थांबवण्याचा प्रयत्न करण्यापूर्वीच त्यांनी ते हलाहल विष प्राशन करून टाकलं. हे पाहताच पार्वतीनं त्यांचा कंठ दोन्ही हातांनी घट्ट आवळून धरला. ते विष त्यांच्या गळ्यातून खाली उतरून शरीरात पसरू नये यासाठी तिने आटोकाट प्रयत्न केले. त्यामुळे भगवान शंकरांचा कंठ निळाभोर होऊन गेला व तो कायमस्वरूपी तसाच राहिला. त्या प्रसंगानंतर त्यांचं नीलकंठ हे नाव रूढ झालं. तसंच त्यांना लोक 'नाजुंद' म्हणूनही ओळखतात. त्याचा अर्थ विषप्राशन करणारा देव.

त्यानंतर या मंथनातून देवांचे वैद्यराज आश्विनीकुमार प्रकट झाले. हे दोघे जुळे बंधू देवांच्या इच्छेनुसार त्यांच्याकडे गेले.

त्यानंतर कामधेनू बाहेर आली. ही पवित्र धेनू ज्याच्याकडे असेल त्या व्यक्तीच्या सर्व कामना ती पूर्ण करेल याची भगवान विष्णूंना कल्पना असल्यामुळे, ज्या ऋषीमुनींनी तिच्या प्राप्तीसाठी तपश्चर्या केली होती, त्यांना ती भगवान विष्णूंनी प्रदान केली.

तिच्या पाठोपाठ पांढरा शुभ्र, अत्यंत सुंदर पाच सोंडांचा हत्ती ऐरावत बाहेर आला. तो इंद्रदेवांचं वाहन बनला. त्याच्यानंतर सात तोंडांचा अश्व बाहेर पडला. त्याचं नाव उच्चैश्रवा. त्यापाठोपाठ अत्यंत सुंदर अप्सरा आल्या. इंद्रानं आपल्या दरबारातील नृत्यांगना म्हणून त्यांची नेमणूक केली.

अखेर सर्व जण ज्याची आतुरतेने वाट पाहत होते, तो क्षण आला. क्षीरसागरातून अमृतानं भरलेला कुंभ बाहेर आला.

असुर त्या अमृत कुंभावरचा आपला हक्क सोडणार नाहीत, याची भगवान

विष्णूंना कल्पना होती आणि जर त्यांनी त्या कुंभातील अमृत प्राशन केलं, तर ते अमर होऊन पृथ्वीतलावर उत्पात माजवतील, नरकसदृश परिस्थिती तिथे ओढवेल यात काही शंकाच नव्हती. मग त्यांनी मोहिनी नामक एका नितांत सुंदर तरुणीचं रूप घेऊन सर्व असुरांचं चित्त विचलित करण्यास सुरुवात केली.

"तुम्ही असुर किती गरीब बिचारे आहात!" मोहिनी त्यांना म्हणाली. "या मंथनाच्या काळात सर्व वेळ वासुकी सर्पाचे विषारी फुत्कार तुम्हाला सोसावे लागले. तुम्ही असं करा, स्नान करून शुद्ध होऊन या, मग मी तुम्हाला माझ्या हातांनी हे अमृत भरवीन."

मोहिनीच्या सौंदर्यानं आणि तिच्या वाणीनं मंत्रमुग्ध झालेले असुर तिच्या सांगण्यानुसार घाईघाईनं जवळच्या नदीवर स्नानासाठी गेले.

ही संधी साधून मोहिनीनं अमृतकुंभातील अमृत देवांना भरवण्यास सुरुवात केली; परंतु मोहिनीच्या रूपातील भगवान विष्णूंना एक गोष्ट माहीत नव्हती. मोहिनीच्या त्या रूपाला व गोड बोलण्याला मुळीच बळी न पडता दोन असुर माघारीच थांबले होते. त्यांची नावे राहू आणि केतू. ते देवांसारखी वस्त्रं परिधान करून, हुबेहूब त्यांच्यासारखे दिसत त्या ठिकाणी बसून होते. त्यांनाही इतर देवांप्रमाणेच अमृत प्राशन करायला मिळालं. मोहिनीच्या रूपातील भगवान विष्णूंनी स्वहस्ते त्यांना अमृत पाजल्यानंतर त्यांना ते दोघं राहू, केतू हे असुर असल्याचं कळून चुकलं. त्यांनी क्षणाचाही विलंब न लावता आपल्या हातातील सुदर्शनचक्रानं त्यांचा शिरच्छेद केला; परंतु त्यांच्या तोंडात अमृताचा घोट असल्याने ते जिवंत राहिले.

मग भगवान विष्णूंनी आपलं वाहन असलेल्या गरुडाकरवी शिल्लक राहिलेल्या अमृताचा कुंभ ताबडतोब देवलोकी पाठवून दिला.

आपलं स्नान उरकून असुर जेव्हा नदीवरून परत आले, तेव्हा तिथे देवही नव्हते, अमृतही नव्हतं आणि मोहिनीसुद्धा नव्हती. संतप्त आणि निराश झालेल्या बळीनं या गोष्टीचा लवकरात लवकर सूड घेण्याची तिथल्या तिथे प्रतिज्ञा केली.

विष्णूच्या या कूर्मावताराचा जन्म आंध्र प्रदेशातील श्रीकाकुलम येथील कूर्ममंदिरामध्ये झाला, अशी एक आख्यायिका आहे.

कौस्तुभ रत्न आजही तिरुपती मंदिरातील देवतेच्या खांद्यावर पाहायला मिळतं. आज राहू आणि केतू या दोन ग्रहांची पूजा केली जाते.

गरुड जेव्हा अमृताचा कुंभ देवलोकी घेऊन चालला होता, तेव्हा त्या अमृताचे काही थेंब पृथ्वीवर सांडले. आज आंध्र प्रदेशात असलेल्या या ठिकाणी गरुडाचं मंदिर आपल्याला पाहायला मिळतं. त्याचं नाव

वैनतेय आहे.

असं म्हणतात की गरुडाजवळच्या या अमृतकुंभाचे थेंब एकूण चार जागी सांडले. पैकी एक म्हणजे गंगा नदीच्या काठी असलेलं हरिद्वार, दुसरं अलाहाबाद येथील गंगा, यमुना, सरस्वती या नद्यांचा त्रिवेणी संगम जिथे आहे ते प्रयागराज, तिसरं नाशिक– गोदावरी नदीच्या काठी असलेले ठिकाण आणि चौथं उज्जैन म्हणजे क्षिप्रा नदीच्या काठी असलेलं स्थळ. त्यामुळे या चारही ठिकाणी बारा वर्षांतून एकदा कुंभमेळा भरवण्यात येतो. असं म्हणतात, की या कुंभमेळ्याच्या वेळी जो कुणी त्या नदीत बुडी मारून स्नान करेल, त्याची सर्व पापं धुऊन निघतात.

या समुद्रमंथनाची कहाणी भारतातील सर्व कलाकारांमध्ये फार प्रसिद्ध पावलेली आहे. ती विविध कला प्रकारांमधून अनेक वेळा प्रकट हाते. कंबोडिया येथील अंकोरवाट मंदिराच्या भिंतीवर समुद्रमंथनाची दृष्यं चितारण्यात आली आहेत. गोवा येथील म्हाळसा मंदिरात मोहिनीच्या रूपातील भगवान विष्णूंची मूर्ती पाहायला मिळते.

दशावतार

पृथ्वीमाता– म्हणजेच भूदेवी एकदा भगवान विष्णूंना भेटण्यासाठी वैकुंठाला आली. तिचा चेहरा उद्विग्न दिसत होता आणि डोळ्यांत अश्रू होते.

भगवान विष्णूंनी तिची समजूत काढण्याचा बराच प्रयत्न केला. ते म्हणाले, ''भूदेवी, तू इतकी दुःखी का बरं आहेस? सर्व चराचर सृष्टी, पशू, पक्षी, मानव हे सगळे तुझ्यामुळे तर जीवित आहेत. तुझ्या हृदयात खूप सोशिकता, धीर आणि ममता भरलेली आहे. सर्व जण तुला पायदळी तुडवतात; पण तरीही तुझ्या चेहऱ्यावर स्मितहास्य कायमच विलसत असतं. तू त्यांना अन्न, वस्त्र, निवारा पुरवतेस. मग असं असताना तुला कसला त्रास आहे?''

''परमेश्वरा,'' भूदेवी हुंदके देत म्हणाली, ''माझ्यावरचं ओझं कित्येक पटींनी वाढलं आहे. जगात सज्जनांपेक्षा दुर्जनांची संख्या वाढत चालली आहे. हे लोक खोटारडे आहेत, सतत दुसऱ्याला फसवतात, मुक्या प्राण्यांची हत्या करतात, आजूबाजूच्यांचा छळ करतात, अगदी स्त्रिया आणि मुलांनासुद्धा सोडत नाहीत. त्यांची हाव अमर्याद आहे. भरीत भर म्हणून कधीकधी ही अशी दुर्जन माणसं ब्रह्मदेवाची अथवा शंकराची आराधना करून त्यांच्याकडून वरदान प्राप्त करून घेतात. हा अनाचार जर असाच सुरू राहिला, तर एक दिवस माझी सगळी सहनशक्ती संपुष्टात येईल. मग या जगाचा अंत ओढवेल. तुम्हीच आता मला मदत कराल का?''

भगवान विष्णू स्मितहास्य करून म्हणाले, ''होय, भूदेवी. तू जे काय सांगते आहेस ते माझ्या ध्यानात आलं. मी तुला एक वचन देतो. जेव्हा पृथ्वीवर दुराचार वाढेल, सत्कर्मांपेक्षा दुष्कर्मांचा भार जास्त होईल, तेव्हा मी पृथ्वीवर अवतार घेईन आणि जगातील चांगल्या गोष्टींचं रक्षण करीन.''

''परमेश्वरा, असे एकूण किती अवतार असतील?''

"दहा," भगवान विष्णू म्हणाले. "त्यांना 'दशावतार' असं संबोधलं जाईल. मी जेव्हा अवतार घेऊन पृथ्वीवर येईन, तेव्हा मी मर्त्य म्हणून जन्म घेईन आणि मला मरणसुद्धा प्राप्त होईल. त्यांपैकी काही अवतारांमध्ये माझी पत्नीसुद्धा जन्म घेऊन मला साथ देईल. या अवतारांमध्ये मी असुरांशी युद्ध करीन, दुष्टांचं निर्दालन करीन."

"हे अवतार कशा प्रकारचे असतील?"

"पहिला मस्त्यावतार असेल. मी एक मत्स्य म्हणून जन्म घेईन. जेव्हा पृथ्वीवर जलप्रलय होऊन सर्व पृथ्वी जलमय होईल, तेव्हा मस्यावतारात जन्म घेऊन मी तिचं रक्षण करीन. दुसरा कूर्मावतार असेल तेव्हा मी कासवाच्या रूपात येईन. समुद्रमंथनाच्या वेळी मी भूमिका निभावेन. माझा तिसरा अवतार म्हणजे वराहावतार असेल. या अवतारात एका वराहाच्या रूपात मी हिरण्यक्ष असुराचा निःपात करून पृथ्वीचं रक्षण करीन. चौथ्या अवतारात मी नरसिंहाच्या रूपात प्रकट होऊन हिरण्यकशिपूचा वध करीन. त्यानंतर मी वामनावतार घेऊन महाशक्तिशाली बळीचा पाडाव करीन."

भूदेवी त्यांचं हे बोलणं एकाग्रचित्ताने ऐकत होती. जणू काही त्यांचे शब्द ती मनात साठवून घेत होती.

"सहावा अवतार परशुरामाचा. या अवतारात दुराचारी राजा-महाराजांना त्यांनी केलेल्या स्वैराचाराची मी कडक शिक्षा देईन," भगवान विष्णू म्हणाले. "सातव्या अवतारात मी श्रीरामाचा जन्म घेऊन रावणाचा वध करीन. तसंच आठव्या अवतारात श्रीकृष्णाचा जन्म घेऊन दंतवक्राचा वध करीन. कंस आणि शिशुपाल या दुष्ट राजांना यमसदनाला पाठवीन आणि महाभारतातील युद्धाचा अविभाज्य भाग होईन. माझा नववा अवतार शांतिप्रिय महर्षी गौतम बुद्धाचा असेल. या अवतारात मी लोकांना सहिष्णुतेची महती सांगेन. भौतिकवाद आणि अध्यात्मवाद यांच्यामधला एक मध्यममार्ग लोकांना दाखवून देईन. माझ्या दहाव्या म्हणजे शेवटच्या अवतारात मी कल्की या शुभ्र अश्वाच्या स्वरूपात अवतरून या जगातील सर्व दुष्प्रवृत्तींचं निर्दालन करीन."

एवढं बोलून झाल्यावर भगवान विष्णू भूदेवीकडे प्रेमानं पाहत म्हणाले, "या जगातील दुष्प्रवृत्तींचा भार वाढत जाण्याची चिंता तू मुळीच करू नको देवी. तुझ्यावरचा भार कधीही जास्त झाला, तर मी तुझ्या साहाय्याला धावून येईन."

भूदेवीनं त्यांना विनम्र अभिवादन केलं. तिच्या चेहऱ्यावर स्मितहास्य पसरलं. येणाऱ्या भविष्यात आपल्याला कधीही गरज लागेल, तेव्हा साक्षात भगवान विष्णू आपल्यासाठी धावून येतील, या विचारानं तिच्या चेहऱ्यावर समाधान झळकू लागलं.

मोठा मासा

ब्रह्मदेवानं जो पहिला माणूस निर्माण केला, त्याचं नाव होतं मनू. आपण सर्व जण त्याचेच वंशज आहोत.

एक दिवस हा मनू नदीच्या पात्रात उभा राहून सूर्य देवाला अर्घ्य देत असताना त्याच्या ओंजळीत एक छोटासा मासा आला. त्या छोट्याश्या माशाची कणव येऊन त्याला आपल्या कमंडलूतील पाण्यात घेऊन तो घरी घेऊन आला.

दुसऱ्या दिवशी सकाळी पाहिलं, तर तो मासा आकाराने खूपच मोठा होऊन पाण्यानं भरलेल्या भांड्यातून बाहेर डोकावत होता. मग मनूनं त्याला बाहेर नेऊन घराजवळच्या एका पाण्याच्या साठ्यात सोडलं. पण केवळ एकाच दिवसात तो मासा वाढून फारच मोठा झाला.

तो मासा ज्या वेगाने वाढत होता, ते पाहून मनू आश्चर्यचकित झाला. त्यानं त्याला त्या पाण्याच्या साठ्यातून बाहेर काढून जवळच्या एका तळ्यात नेऊन सोडलं.

पण काही दिवसांतच ते तळंसुद्धा त्या माशाला अपुरं पडू लागलं. अखेर त्या माशाची रवानगी नदीत व तेथून पुढे समुद्रात करण्यात आली, पण तरीही तो मासा आकारानं वाढतच चालला होता.

अखेर मनूनं त्याला विचारलं, "तू आहेस तरी कोण?"

"मी विष्णू आहे," तो मासा म्हणाला. "आता लवकरच पृथ्वीवर एक महाभयंकर संकट ओढवणार आहे. त्याविषयी तुला सावध करण्यासाठी मी आलोय. लवकरच हे सर्व जग पाण्याखाली बुडणार आहे. त्यामुळे तुला जेवढ्या काही बिया, रोपं, पशू, पक्षी, पुरुष, स्त्रिया व मुलं, पवित्र धर्मग्रंथ जमा करता येतील तेवढे कर. मग एक खूप मोठी नौका बांधून त्यात या सर्वांना बसव आणि जगात पूर आला की एका दोरखंडानं ती नौका माझ्या कल्ल्यांना घट्ट बांध. मग मी तुम्हा सर्वांना एका सुरक्षित ठिकाणी नेईन. पाणी ओसरल्यावर तू संपूर्ण जगाची पुनर्निमिती करू शकशील. मग सर्व जण तुझा उल्लेख मानवजातीचा पिता असा करतील. तुझं मनुकुल सदोदित सर्वांच्या स्मरणात राहील."

अशा प्रकारे प्रलय आल्यावर विष्णूनं मनूसह नौकेतील सर्वांना एका सुरक्षित स्थळी नेऊन पोहोचवलं. मग तो हयग्रीवाच्या शोधात गेला व त्यानं त्याचा वध केला. भगवान विष्णूंनी वेदांनासुद्धा सुरक्षित ठेवलं. त्यानंतर ते वेद नव्या युगाचे व पुढील पिढ्यांचे मार्गदर्शक बनले.

ही कथा अनेक धर्मग्रंथांमध्ये आणि पुराणांमध्ये विविध रूपांत पाहायला मिळते. कॅस्पियन सीमध्ये 'नोआह्ज आर्क' ही कथा घडल्याचा उल्लेख आहे. ती कथासुद्धा या मनूच्या कथेशी मिळतीजुळती आहे. भारतातील आख्यायिकेनुसार कॅस्पियन सी म्हणजे प्राचीन भारतातील काश्यप ऋषींच्या नावावरून ज्या समुद्राचे नाव पडले तो कश्यप समुद्र होय.

महामूर्ती वामन

प्रल्हादाचा नातू म्हणजे बलाढ्य असुरराजा बळी हा होता. याच्या अंगच्या शक्तीमुळे अनेकदा याचा उल्लेख महाबली असा केला जातो. त्याच्या पूर्वजांपेक्षा तो स्वभावानं खूप वेगळा होता. असुर असूनही तो स्वभावानं सत्शील होता. कनवाळू होता आणि त्याच्या प्रजेचं हित पाहाणारा होता.

बळीच्या या गुणांमुळेच त्याच्या राज्याचा विस्तार दिवसेंदिवस वाढत चालला होता. त्याची कीर्ती सर्वदूर पसरत चालली होती. त्यामुळे देवांचा राजा असलेल्या इंद्राला चिंता वाटू लागली होती. बळीनं जर कधी देवांवर हल्ला चढवून आपलं सिंहासन बळकावण्याचं ठरवलं तर काय होईल, या विचारानं इंद्र घाबरला होता. जर कधी खरोखर अशी वेळ आलीच, तर आपण बळीचा पाडाव करूच शकणार नाही, याची त्याला पुरेपूर खात्री होती.

पण शेवटी ज्या गोष्टीची भीती होती, तेच झालं. दशकामागून दशकं लोटली. हळूहळू बळीचा स्वभाव बदलला. तो दुराभिमानी आणि उन्मत्त बनला. त्याची दुष्कर्मं वाढू लागली. अखेर या बळीला असा काही धडा शिकवायचा, जो बळी कधीही विसरू शकणार नाही, असं भगवान विष्णूंनी ठरवलं.

बळीचं एक वैशिष्ट्य म्हणजे तो अत्यंत दानशूर होता आणि यज्ञ करत असताना आपल्याकडे आलेल्या कोणत्याही याचकाला कधीच विन्मुख पाठवायचं नाही, असा त्यानं पण केला होता. ही गोष्ट सर्वांनाच माहीत होती. त्यामुळे विष्णू वामनावतार धारण करून बळीचा यज्ञ चालू असताना तिथे जाऊन पोहोचला.

बळीनं वामनाची बटू मूर्ती आपल्या दिशेनं चालत येताना पाहिली. त्यानं लगेच वामनाला आसन ग्रहण करण्याची विनंती केली.

वामन म्हणाला, "बळी महाराज, तुमच्या दानशूरपणाची ख्याती माझ्या कानावर आली आहे. त्यामुळेच मी तुमच्याकडे याचना करण्यासाठी आलो आहे."

"हे वामना, तुझी काय इच्छा आहे ते मला सांग. मला जे काही शक्य असेल ते मी करीन."

"माझी इच्छा तशी साधीच आहे; पण तरी ती तुम्ही नक्की पूर्ण कराल, असं

वचन मला तुमच्याकडून हवं आहे.''

बळी स्मितहास्य करत म्हणाला, ''वचन दिलं.''

''तसं असेल, तर मला तुमच्याकडून फक्त तीन पावलं जमीन हवी आहे. आणि तीही माझ्या पावलांएवढी.'' वामन म्हणाला.

त्याचे ते शब्द ऐकताच बळीला हसू अनावर झालं. त्यानंतर कितीतरी वेळ त्या कल्पनेनं तो हसत होता– एवढीशी जमीन हवी आहे याला! ''वामना, अरे याहून जास्त काहीतरी माग ना. मी एक सम्राट आहे. माझ्याकडून देणगी मागायची तर जरा माझ्या या पदाला शोभेल अशी तरी ती माग ना.''

त्यावर वामन नतमस्तक होऊन नम्रपणे म्हणाला, ''तुमच्या दानशूरतेबद्दल मी ऐकून आहे, पण मला माझ्या मर्यादा माहीत आहेत. तुमच्यासारख्या सम्राटाच्या दृष्टीने माझी ही मागणी फारच क्षुल्लक असेल, तर मला क्षमा करा.''

बळीचे गुरू शुक्राचार्य हा संवाद ऐकत होते. यात कुठेतरी नक्की पाणी मुरतंय, हे त्यांना जाणवलं. हा वामन जसा दिसतो आहे तसा तो खरा नाही, हे त्यांच्या लगेच लक्षात आलं. बळीला जवळ बोलावून ते म्हणाले, ''महाराज, कृपा करून वामनाची ही विनंती मान्य करू नका. मला खूप अस्वस्थ वाटत आहे. मला वाटतं, देवांची तुमच्याशी प्रत्यक्ष सामना करण्याची हिंमत नसल्यामुळेच त्यांनी ही अशी काहीतरी क्लृप्ती लढवली असावी. तुमचा गुरू आणि हितचिंतक या नात्यानं मी तुम्हाला हे सांगू इच्छितो, की तुम्ही वामनाचं हे बोलणं मुळीच मान्य करू नका.''

''गुरुजी, पण मी वामनाला तसं वचन देऊन बसलो आहे आणि आता ते पूर्ण करणं हे माझं कर्तव्य आहे आणि शिवाय माझ्यासारख्या एका बलाढ्य राजाचं हा छोटासा वामन काय वाकडं करू शकणार आहे?'' बळी म्हणाला.

एवढं बोलून बळी वामनाकडे वळला. तो शांतपणे जवळच वाट पाहत उभा होता.

बळीची पत्नीसुद्धा शेजारीच होती. तिला तिच्या पतीचं म्हटणं पटलं असल्याचं तिनंही मान हलवून सांगितलं.

''मी माझं पहिलं पाऊल टाकू का?'' वामन म्हणाला.

''हो.'' बळी म्हणाला.

त्या काळी दानकर्त्यानं आपल्या उजव्या ओंजळीत पाण्याचं अर्घ्य घेऊन भूमीवर प्रक्षालन करण्याचा रिवाज होता. त्याचा अर्थ दानकर्त्यानं अगदी मनापासून दान दिलेलं असून पृथ्वीमाता याला साक्षी आहे, असा होता. एकदा हा उपचार पार पडल्यानंतर मगच दानकर्त्यानं याचकाला दान द्यायचं, ही प्रथा होती. मग एक पाण्यानं भरलेलं पात्र सेवकानं बळीसमोर आणलं. त्यानं त्यातील थोडंसं पाणी हातात घेऊन ते जमिनीवर सोडलं.

वामनानं आपलं पहिलं पाऊल उचललं. ते तो पुढे टाकायच्या तयारीत उभा राहिला. तेव्हा जमलेल्या सर्वांना एक आश्चर्यकारक दृश्य पाहायला मिळालं. आता तो एक छोटासा बटू राहिलेला नव्हता. तो बघताबघता आभाळाएवढा उंच झाला. त्याचं मस्तक ढगांच्याही वर गेलं. त्याचं पाऊल इतकं मोठं झालं, की त्यानं संपूर्ण पृथ्वी व्यापली.

"ही संपूर्ण पृथ्वी माझी झाली!" असे उद्‌गार काढून वामन पुन्हा एकदा आपल्या मूळ लहान रूपात परत आला.

बळी भयचकित, हतबुद्ध झाला. त्यानं प्राप्त केलेलं सगळंच राज्य त्याच्या हातून गेलं होतं. गुरुजींचं म्हणणं योग्यच होतं. हा काही साधासुधा बटू नव्हता. त्याच्या मनात एक विचार चमकून गेला, "हे भगवान विष्णू तर नसतील?"

"महाबली, मी माझं पुढचं पाऊल कुठे टाकू?" वामनानं विचारलं.

"आभाळात!" असं म्हणून बळीनं पुन्हा ओंजळभर पाणी उचलून हाताच्या ओंजळीतून जमिनीवर सोडलं.

वामनाचा आकार परत वाढत गेला आणि त्यानं एक पाऊल टाकून आकाश व्यापून टाकलं. तसं झाल्यावर बळीकडे देण्यासारखं काही शिल्लकच उरलं नाही.

वामन परत पूर्वीच्या रूपात परत येऊन म्हणाला, "आता मी माझं तिसरं पाऊल कुठे टाकू?"

आता मात्र शुक्राचार्यांना स्वस्थ बसवेना. ते तत्काळ डासाचं रूप घेऊन पाण्याच्या झारीत शिरले. त्यांनी जलपात्रात प्रवेश करून पात्राच्या मुखाशी पाणी बाहेर पडण्यासाठी ठेवण्यात आलेलं सूक्ष्म छिद्र बंद करून टाकलं. आता जलपात्र तिरकं करूनसुद्धा त्यातून पाणी बाहेर येणं शक्य नव्हतं.

बळीला अर्थातच आपल्या गुरुजींच्या या करामतीची कल्पना नव्हती. तो वामनापुढे नतमस्तक होऊन म्हणाला, "तुम्ही तर साक्षात भगवान विष्णू आहात यात काहीच संशय नाही. माझे चुलत खापरपणजोबा हिरण्याक्ष यांच्या काळात तुम्ही वराहरूपात प्रकट झाला होता. त्यानंतर तुम्ही माझे आजोबा हिरण्यकशिपू यांनाही दर्शन दिलंत आणि माझे आजोबा भक्त प्रल्हाद यांना तुम्ही नरसिंहांच्या स्वरूपात दर्शन दिलंत. समुद्रमंथनाच्या वेळी कूर्मावतार धारण करून मदतीला धावून आलात. आता वामनावतारात मला दर्शन देऊन तुम्ही मला आशीर्वाद दिला आहे. तुमच्या चार अवतारांच्या वेळी माझे कुटुंबीय उपस्थित राहू शकले, हे तर आमचं परमभाग्यच आहे. तुम्ही तुमचं तिसरं आणि शेवटचं पाऊल माझ्या मस्तकावर ठेवावं, अशी मी तुम्हाला विनंती करत आहे."

एवढं बोलून बळीनं त्या जलपात्रातील पाणी आपल्या हाताच्या ओंजळीत घेण्याचा प्रयत्न केला, पण डासांच्या रूपात शुक्राचार्यांनी पाणी अडवून ठेवल्यामुळे

ते पात्राबाहेर येईना.

वामनानं बुद्धिचातुर्य वापरून पात्रावर ज्या ठिकाणी पाणी बाहेर येण्यासाठी छिद्र ठेवण्यात आलं होतं, तिथे बाहेरून एक छोटीशी काटकी खुपसली. शुक्राचार्यांच्या डोळ्यात ती काटकी गेली. त्यांना असह्य वेदना होऊ लागल्या. ते घाईने पात्राबाहेर आले. पात्रातून पाण्याची धार वाहू लागली. त्या दिवसापासून शुक्राचार्यांना उर्वरित आयुष्य एकाक्ष म्हणूनच कंठावं लागलं.

वामनानं आपलं तिसरं पाऊल बळीच्या मस्तकावर ठेवून त्याला पाताळात ढकललं आणि पृथ्वीवरून त्याचं अस्तित्व निपटून टाकलं.

हे सर्व झाल्यावर वामनाच्या रूपातील विष्णू बळीला म्हणाले, ''तू एक उत्तम शासनकर्ता आणि प्रजाहितदक्ष राजा आहेस, याची मला कल्पना आहे; परंतु पुढे तू उन्मत्तपणे वागू लागलास, तुला स्वतःच्या कर्तृत्वाचा गर्व झाला. त्यामुळेच तुझ्यावर ही वेळ आली. पण तरीसुद्धा आत्ता तू जे विशाल हृदय दाखवलंस त्याने, तसंच तुझ्या दानशूरतेमुळे मी तुझ्यावर प्रसन्न झालो आहे. बोल, तुला कोणता वर पाहिजे?''

ते ऐकून बळी स्मितहास्य करत म्हणाला, ''हे भगवान, मला फार मोठं असं काहीच नको. तुम्ही माझ्या आयुष्यात येणं आणि तुमची शिकवण हेच माझ्यासाठी मोठे वर आहेत. फार मोठे तपस्वी आणि भक्त तुमच्या क्षणभराच्या दर्शनासाठी जन्मभर आसुसलेले असतात. मी तर स्वतःला फारच भाग्यवान समजतो. पण जर तुम्हाला मला काही वरदान द्यायचंच असेल, तर वर्षातून एकदा मला पृथ्वीलोकात येऊन माझ्या राज्यातील प्रजेला भेटण्याची, त्यांचं कुशलमंगल विचारण्याची संधी द्या. मला आणखी काही नको.''

बळीची ही साधी, सोपी मागणी ऐकून भगवान विष्णूंना आश्चर्य वाटलं. त्यांनी ती इच्छा पूर्ण केली. त्यानंतर ते म्हणाले, ''बळी, मी तरीही तुला एक वरदानच देणारच आहे. मला पाऊल ठेवता यावं, म्हणून तू तुझं मस्तक पुढे केलंस. असं केल्याचे काय परिणाम होणार आहेत, याची पूर्ण कल्पना असूनसुद्धा तू ते केलंस. त्यामुळे आजपासून पाताळ लोकामध्ये मी तुझा रक्षक होऊन काम करीन. माझ्या एखाद्या भक्ताचं चित्त जर शुद्ध, पवित्र असेल, तर मी त्याचा सेवक बनून राहू शकतो, हे सर्व जगाला कळलंच पाहिजे.''

बळीनं हर्षभरीत होऊन भगवान विष्णूंना वंदन केलं.

त्यामुळेच केरळमध्ये ओनम (ओणम) हा सण साजरा करण्यात येतो. या दिवशी बळी पाताळ लोकातून पृथ्वीवर आपल्या प्रजाजनांना भेटायला येतो, असं मानतात.

विष्णूच्या या वामनावताराला त्रिविक्रम असंही म्हणतात. कारण अवघ्या तीन पावलांमध्ये त्यानं या अवतारात तीनही लोक पादाक्रांत केले. या कथेवर आधारित अनेक चित्रं आणि शिल्पकृती भारतात सर्वत्र पाहायला मिळतात. बदामी येथील लेण्यांमध्ये, तीन क्रमांकाच्या गुहेत ही कथा दगडात कोरलेली आहे.

परशुराम

खूप खूप वर्षांपूर्वी एक अत्यंत विद्वान ऋषी होऊन गेले. त्यांचं नाव जमदग्नी. ते अत्यंत तापट स्वभावाचे म्हणून प्रसिद्ध होते. ते अरण्यात एका लहानशा पर्णकुटीत राहून अत्यंत साधं जीवन व्यतीत करत असत.

रेणुका ही सुंदर राजकन्या राजधानीत असलेल्या आपल्या राजवाड्यात राहत होती. राजाची लाडकी मुलगी असल्यानं सगळी सुखं तिच्या पायाशी लोळण घेत होती. ती ऐषारामात जीवन जगत होती. रेणुका जशी बुद्धिमान होती, तशीच ती लावण्यवती होती. एक दिवस ती आणि तिच्या मैत्रिणी वनविहारासाठी गेल्या होत्या. नेमके त्याच वेळी जमदग्नी ऋषी प्रवासाला निघाले होते. रेणुकेची आणि जमदग्नींची त्यांच्या पर्णकुटीपाशी भेट व्हावी, हे तर विधिलिखितच होतं. ऋषींची अत्यंत साध्या वस्त्रातील सात्त्विक, शांत मूर्ती पाहून रेणुका आपलं देहभानच विसरली. ती राजकन्या असूनही मंत्रमुग्ध झाल्यासारखी त्यांच्या चेहऱ्याकडे पाहत राहिली. तिची नजर त्यांच्या चेहऱ्यावरून हटेना. जरा वेळानं ती तिच्या सख्यांसह राजवाड्यात परतली आणि त्याच वेळी तिनं जमदग्नी ऋषींशी विवाह करण्याचा आपला मनोदय वडिलांना बोलून दाखवला.

रेणुकेच्या पित्यानं दूताकरवी जमदग्नी ऋषींना निरोप पाठवला. आपल्या कन्येची जमदग्नींशी विवाह करण्याची इच्छा असल्याचं त्या संदेशात लिहिलं होतं; परंतु जमदग्नींनी तो प्रस्ताव साफ धुडकावून लावला. ते म्हणाले, "मी एक साधू आहे. मी इथे दूर रानावनात, एका साध्याशा कुटीत राहतो. इथे कोणत्याही सुखसोयी नाहीत, ऐषोआराम नाही. माझा सगळा वेळ ध्यानधारणेत जातो. माझं सगळं मन अध्यात्माच्या ज्ञानसाधनेत व्यग्र असतं. रेणुका ही राजकन्या आहे, सौंदर्यवती आहे, ती लहानपणापासून लाडाकोडात, सुखसमृद्धीत वाढलेली आहे. माझ्याबरोबर संसार करून हे असं खडतर आयुष्य कंठणं तिला जमणार नाही."

परंतु राजकन्या रेणुका मात्र आपल्या निर्णयावर ठाम होती. मग ती स्वतःच जमदग्नी ऋषींना भेटायला गेली. "काही झालं तरी मला तुमची पत्नी बनून तुमच्या सोबतच हे आयुष्य घालवायचं आहे. मग मला कितीही कष्ट उपसावे लागले, तरी

माझी तयारी आहे. मी माझं जुनं राहणीमान सोडून नवीन आयुष्याला सुरुवात करायला तयार आहे. त्यासाठी स्वतःत लागेल तो बदल मी घडवून आणीन.'' ती म्हणाली.

'रेणुके, काही दिवसांनंतर तुला तुझं जुनं वैभवशाली आयुष्य परत हवंहवंसं वाटू लागेल. मग तुझं वागणं बदलून जाईल. माझा स्वभाव हा असा संतापी. माझ्या जर ही गोष्ट लक्षात आली, तर मला त्याचा त्रास होईल. मग माझ्या हातून काहीतरी विपरीत घडू शकतं. रागाच्या भरात जर माझ्या तोंडून शापवाणी उच्चारली गेली, तर त्यानं तुझं दुर्दैव ओढवेल. मला हा धोका पत्करायचा नाही. आपण विवाहबद्ध न होणंच योग्य ठरेल.''

त्यावर रेणुका म्हणाली, ''मी आत्ता, या इथे अशी शपथ घेते, की मी माझं पूर्वायुष्य पूर्णपणे विसरून जाईन. एकदा आपलं लग्न झालं की परत त्या आयुष्याचा विचारसुद्धा मी माझ्या मनात येऊ देणार नाही.'' तिच्या बोलण्यातील दृढनिश्चय पाहून अखेर जमदग्नी हार मानून तिचा आपली पत्नी म्हणून स्वीकार करण्यास तयार झाले.

काही दिवसांतच त्यांचा विवाह झाला आणि रेणुका आपल्या पतीच्या साध्याशा कुटीत सुखानं संसार करू लागली. त्यांना संततीही झाली. त्यांचा पहिला पुत्र म्हणजेच परशुराम. तो आपल्या आई-वडिलांच्या आज्ञेचं पालन करणारा अत्यंत सुस्वभावी मुलगा होता; परंतु तोही आपल्या वडिलांप्रमाणे कोपिष्ट स्वभावाचा होता.

एक दिवस रेणुका जवळच्या नदीवर पाणी भरायला गेलेली असताना तिनं एक गंधर्व आणि एक अप्सरा या प्रेमी युगुलाला प्रणयक्रीडा करताना पाहिलं. क्षणभर आपल्या विवाहाच्या वेळी घेतलेल्या शपथेचा तिला विसर पडला. एकमेकांच्या प्रेमात आकंठ बुडालेल्या त्या जोडप्याचा, त्यांच्या सुखसमृद्धीनं भरलेल्या आयुष्याचा तिला हेवा वाटला.

ती जेव्हा घरी परतली तेव्हा तिच्या हातून वचनभंग झाला असल्याचं तिच्या पतीला, म्हणजेच जमदग्नी ऋषींना अंतर्ज्ञानानं कळून चुकलं होतं. त्यांच्या मनाचा क्रोधानं ताबा घेतला होता. त्यांची सारासार विवेकबुद्धी त्यांना या क्षणासाठी सोडून गेली होती. ते मोठ्यांदा ओरडून म्हणाले, 'रेणुका, असं काहीतरी घडेल, हे मी तुला आधीच सांगितलं होतं. याबद्दल तुला काय शिक्षा होईल, याचीसुद्धा मी तुला कल्पना दिली होती. मग तरीही तू माझ्याशी विवाह का केलास?'

संतप्त जमदग्नींनी आपल्या सर्व मुलांना जवळ बोलावून आईला तिथल्या तिथे मारून टाकण्याची आज्ञा केली; पण कोणत्याही मुलानं त्यांच्या त्या आज्ञेचं पालन केलं नाही.

तेवढ्यात मोठा मुलगा परशुराम घरी पोहोचला. घरातील वातावरणातला ताण

त्याला जाणवला. तो म्हणाला, "काय झालं?"

त्यावर जमदग्नी म्हणाले, "बेटा, तू मला मदत करशील का?"

"अर्थातच करीन. तुम्ही मला फक्त आज्ञा करा. तुमची जी काही इच्छा असेल, तिचं मी पालन करीन." परशुराम उद्गारला.

"तू आत्ताच्या आत्ता तुझ्या मातेचा वध कर!" जमदग्नी परशुरामास म्हणाले.

मोठ्या नाइलाजानं आपल्या पित्याच्या आज्ञेचं पालन करून परशुरामानं रेणुकामातेचा वध केला.

त्यानं आपल्या आज्ञेचं पालन केलेलं पाहून शांत झालेले जमदग्नी ऋषी त्याला म्हणाले, "पुत्रा, हे करणं तुझ्यासाठी किती कठीण होतं याची मला पूर्ण कल्पना आहे. मला तुझी एखादी इच्छा सांग; मी ती पूर्ण करीन."

त्यावर परशुराम म्हणाला, "माझ्या मातेला तुम्ही जीवित करा; परंतु या संपूर्ण दुःखद घटनेची स्मृती तिच्या मनातून कायमची पुसून टाका. माझं फक्त एवढंच मागणं आहे." परशुराम तत्काळ म्हणाला.

जमदग्नींच्या चेहऱ्यावर स्मितहास्य पसरलं. त्यांनी परशुरामाची इच्छा पूर्ण करून रेणुकेला जिवंत केलं.

या घटनेला पुष्कळ वर्षं लोटली. एक दिवस जमदग्नी तपश्चर्येला बसलेले असताना त्या प्रदेशाचा राजा कार्तवीर्य अर्जुन त्यांची भेट घेण्यासाठी त्यांच्या आश्रमात आला. हा राजा स्वभावानं निर्दय होता, ही गोष्ट सर्वांनाच माहीत होती.

त्याच्या या निर्दयी स्वभावाविषयी जमदग्नी ऋषी जाणून होते; परंतु तरीसुद्धा त्यांनी त्या राजाचा आणि त्याच्या लवाजम्याचा आश्रमात यथोचित आदरसत्कार केला.

एका ऋषींनी आपलं व आपल्या लवाजम्याचं आश्रमात इतक्या थाटामाटात स्वागत करावं, हे पाहून राजा आश्चर्यचकित झाला. तो म्हणाला, "मुनिवर, तुम्ही माझं आणि माझ्या माणसांचं इतक्या थाटामाटात कसं काय स्वागत करू शकलात?"

त्यावर जमदग्नी म्हणाले, "माझ्याकडे एक विस्मयकारक गोमाता आहे. ती स्वर्गीय कामधेनूची पुत्री नंदिनी आहे. तिच्याकडे आम्ही जी काही इच्छा व्यक्त करू, ती इच्छा ही नंदिनी पूर्ण करते. पण आम्ही आमच्या दैनंदिन गरजा पूर्ण करण्यासाठी तिचा वापर कधीही करत नाही. मी, माझे कुटुंबीय व माझे शिष्य अत्यंत साधेपणानं राहतो. आम्ही धनसंचय करत नाही. आमची काहीही मालमत्ता नाही. ज्याची गरज नाही अशी कोणतीच गोष्ट आम्ही विकत घेत नाही, कशाचाही साठा करून ठेवत नाही; परंतु जेव्हा तुमच्यासारखे सन्माननीय अतिथी आमच्या आश्रमाला भेट देतात, तेव्हा त्यांच्या आदरसत्कारासाठी आम्ही नंदिनीची मदत घेतो. माझ्या या आश्रमात तुम्हाला जी गोष्ट आवडली असेल ती माझी नसून, या

नंदिनीकडून ती तुम्हाला भेट आहे.''

''अरे वा! मुनिवर, ही फार चांगली गोष्ट आहे!'' राजा कार्तवीर्य अर्जुन वरकरणी आनंद व्यक्त करत म्हणाला. पण मनातून त्याला जमदग्नी ऋषींबद्दल असूया वाटू लागली होती. 'ही गाय मला मिळायला हवी. युद्धाच्या काळात ही कितीतरी उपयोगी पडेल. माझ्या सैन्याला जे काही लागेल ते ही पुरवेल.' तो मनात विचार करू लागला.

राजा कार्तवीर्य अर्जुन जमदग्नी ऋषींकडे वळून म्हणाला, ''तुम्ही ही नंदिनी मला द्याल का? तुम्हाला इथून पुढे ज्या ज्या गोष्टीची गरज लागेल, ती मी पूर्ण करीन.'' जमदग्नी त्यावर नकारार्थी मान हलवत म्हणाले, ''महाराज, कोणत्याही भौतिक गोष्टीच्या प्राप्तीसाठी या नंदिनीचा वापर करणं योग्य नाही. ती केवळ एखाद्या ऋषींच्या आश्रमातच राहू शकते.''

राजा आपल्या राजधानीला परतला, पण तो मनातून खूप नाराज झाला होता. घरी परतल्यावर त्यानं आपल्या कुटुंबीयांना बोलावून जमदग्नी ऋषींच्या आश्रमातील त्या विस्मयकारी गोमातेविषयी सांगितलं. मग त्याच्या मुलांनी आणि सेनापतीनं ठरवलं, आता काहीही झालं तरी ती गोमाता मिळवायची.

राजाच्या सैन्यानं जमदग्नींच्या आश्रमावर हल्ला करून नंदिनी गाईला पळवून नेलं. जमदग्नींनी त्यांना अडवण्याचा प्रयत्न करताच त्यांनी जमदग्नींना ठार मारलं.

नेमका त्या वेळी परशुराम काही कामासाठी बाहेरगावी गेला होता. तो आश्रमात परत येताच त्याला आपली शोकविव्हल आई आणि भाऊ दिसले. त्याला घडलेली हकिगत समजताच त्यानं आपला परशू हातात घेतला. त्या मदोन्मत्त कार्तवीर्य अर्जुनाला आणि त्याच्यासारख्या उद्दाम आणि क्रूर शासनकर्त्यांना ठार मारलं.

त्या दिवसापासून लोक त्याला परशुराम म्हणून ओळखू लागले. त्याचं अस्त्र परशू किंवा कुऱ्हाड हे होतं. त्यानं एकूण सोळा वेळा जग जिंकलं. आपण जिंकलेली जमीन आणि धनधान्य त्यानं साधू पुरुषांना वाटून टाकलं.

परशुराम हा स्वतः भगवान विष्णूंचा अवतार होता. सीतास्वयंवराच्या वेळी तो भगवान विष्णूंच्या आणखी एका अवताराला, म्हणजे प्रभू श्रीरामांना भेटला. सीता स्वयंवरासाठी शिवधनुष्याची प्रत्यंचा ताणून त्याला बाण लावण्याचा पण ठेवण्यात आला होता. जेव्हा श्रीरामांनी ते शिवधनुष्य उचलताच ते त्यांच्या हातातच भंग पावलं, तेव्हाच आपलं या पृथ्वीवरचं अवतारकार्य संपुष्टात आलं, हे परशुरामानं ओळखलं, म्हणून तो महेंद्र पर्वतात तपश्चर्येसाठी निघून गेला.

श्वेत अश्ववाह

कल्कीला भगवान विष्णूंचा शेवटचा अवतार मानतात. या जगातील सत्प्रवृत्तींपेक्षा दुःष्प्रवृत्तीचं प्रमाण वाढून त्यांचा समतोल ढळेल, तेव्हा पुन्हा एकदा साक्षात भगवान विष्णू पांढऱ्या अश्वावर स्वार होऊन, हाती तळपती तलवार घेऊन या पृथ्वीतलावर अवतरतील. ते पृथ्वीवरील तमाचा ऱ्हास करून नव्या युगाची सुरुवात करतील, असं मानलं जातं. हा अवतार अजून यायचा आहे.

तीन मर्त्य जन्म

भगवान विष्णूंच्या निवासस्थानाबाहेर जय आणि विजय नावाचे दोन यक्ष द्वारपाल म्हणून उभे असत. हे दोघेही विष्णूंचे भक्त होते. आपल्यावर ही द्वारपालाची कामगिरी सोपवण्यात आली आहे त्याचा त्यांना फार अभिमान होता. शिवाय त्यांना त्यांच्या आवडत्या दैवताचं रोज दर्शनही होत असे. त्यांना जेव्हा पाहिजे तेव्हा ते भगवान विष्णूंचं दर्शन घेत असत.

विश्वकर्मा ब्रह्मदेवानं काही खास जीव निर्माण केले होते. त्यांना सनतकुमार असं संबोधलं जात असे. हे कुमार अत्यंत विद्वान होते. त्यांचं हृदय पवित्र आणि मन शुद्ध होतं. ते अत्यंत परिपक्व बुद्धीचे व शक्तिशाली असूनसुद्धा त्यांची मूर्ती ठेंगणी व शरीर लहान मुलासारखं होतं. त्यामुळे ते बालक आहेत असंच सर्वांना वाटे.

एक दिवस हे चौघे कुमार भगवान विष्णूंच्या घरापाशी आले. त्यांनी दरवाजा ठोठावताच जय-विजय या द्वारपालांनी त्यांना अडवलं. ही चार व्रात्य मुलं इथे आलेली आहेत अशी त्यांची समजूत झाली. ‘‘हे पाहा, आता तुम्हाला आत शिरता येणार नाही. भगवान विष्णू आता विश्रांती घेत आहेत.’’ जय-विजय म्हणाले.

त्या द्वारपालाचं बोलणं ऐकून कुमारांना आश्चर्य वाटलं, पण तरीही ते शांतपणे म्हणाले, ‘‘हे पाहा, आम्ही भगवान विष्णूंचे भक्त आहोत. आमचं त्यांच्यावर प्रेम आहे. भगवान विष्णूंच्या भक्तांना त्यांच्या दर्शनासाठी कधीही धावून येण्याची मुभा असते, हे आम्हाला माहीत आहे. आम्ही त्यांना भेटायला आलो आहोत, हा निरोप फक्त तुम्ही त्यांच्यापर्यंत पोहचवा.’’

‘‘माफ करा, पण आम्ही तुम्हाला आत सोडावं असं आम्हाला तरी सांगण्यात आलेलं नाही.’’ जय-विजय ठामपणे म्हणाले.

मग त्या सर्वांमध्ये वादावादी सुरू झाली.

अखेर जय-विजय संतप्त होऊन कुमारांच्या अंगावर ओरडले, ‘‘हे पाहा, तुम्ही

लहान मुलं आहात. आम्ही काय करावं, हे सांगणारे तुम्ही कोण?''

हे जरा अतिच झालं. कुमारांचा संयम सुटला. ते जय-विजय या यक्षांना शाप देत म्हणाले, ''विष्णूंचे द्वारपाल होण्याची कामगिरी तुमच्यावर सोपवण्यात आली, हे तुमच्या डोक्यात गेलेलं दिसतंय. तुमच्या या उर्मटपणाची शिक्षा तुम्हाला मिळायलाच हवी. त्यामुळे आता तुम्हाला पृथ्वीवर मर्त्य मानवाचा जन्म घेऊन भगवान विष्णूंपासून खूप दूर राहावं लागेल.''

बाहेरचा कोलाहल ऐकून स्वतः भगवान विष्णू दार उघडून बाहेर आले. कुमारांकडे पाहताच तिथे नेमकं काय घडलं असावं हे त्यांनी जाणलं.

''तुम्ही या कुमारांना माझ्या घरात का येऊ दिलं नाही?'' ते जय-विजय यक्षांना म्हणाले. ''हे महान तपस्वी इथे मला भेटायला आले आहेत, हा माझा केवढा मोठा बहुमान आहे.''

जय-विजय या दोघांना आपली चूक कळून चुकली. ''कृपया आम्हाला क्षमा करा. तुमच्या या शापापासून आमची मुक्तता करा!'' ते कुमारांपुढे गयावया करत म्हणाले.

''एकदा उच्चारलेला शाप परत घेता येत नाही.'' कुमार म्हणाले. त्यानंतर क्षणभर विचार करून ते म्हणाले, ''पण आम्ही तुमच्यापुढे दोन पर्याय ठेवतो. एक तर तुम्ही भगवान विष्णूंचे मित्र म्हणून पृथ्वीवर सात जन्म पूर्ण करा किंवा त्यांचे शत्रू म्हणून पृथ्वीवर तीन जन्म पूर्ण करून त्यानंतर भगवान विष्णूंच्या हस्ते मरण पत्करा.''

त्यांचं बोलणं ऐकून जय-विजय यांनी एकमेकांकडे पाहिलं. क्षणार्धात त्यांचा निर्णय झाला. ते दोघं म्हणाले, ''आम्ही सात जन्म श्रीविष्णूंपासून दूर राहू शकणार नाही. त्यापेक्षा आम्ही त्यांचे वैरी म्हणून जन्म घेणं पसंत करू. म्हणजे दर दिवशी आम्हाला त्यांची आपोआपच आठवण येत राहील. त्यामुळे आम्हाला श्रीविष्णूंचे वैरी म्हणून लागोपाठ तीन जन्म पृथ्वीवर मिळावेत, अशी आमची इच्छा आहे.'' एवढं बोलून ते कुमारांना वंदन करून उभे राहिले.

भगवान विष्णूंनी स्मितहास्य केलं. ''उद्धटपणाची शिक्षा तर भोगावीच लागते, हे तुम्हाला एव्हाना कळून चुकलं असेल. तुमची शिक्षा आता लगेचच सुरू होईल!'' ते म्हणाले.

हिरण्याक्ष आणि हिरण्यकशिपू

जय आणि विजय यांनी पृथ्वीतलावर कश्यप मुनींच्या पोटी जन्म घेतला. त्यांची नावं हिरण्याक्ष आणि हिरण्यकशिपू. ते दोघे अत्यंत बलाढ्य असुर होते. ते

त्यांच्या प्रदेशाचे शासनकर्ते होते. ते दोघे अत्यंत शूर, पण तेवढेच दुष्ट व उलट्या काळजाचे होते. ते भगवान विष्णूंचे कट्टर वैरी असून, विष्णूंचा नायनाट करण्याची त्यांची जिद्द होती. त्यामुळेच ते दोघेही विष्णूभक्तांचा छळ करत, त्यांना त्रास देत.

त्या प्रदेशातील लोकांची सहनशक्ती आता संपली होती. त्या असुरांनी माजवलेला छळ थांबवणं आवश्यक होतं. त्यामुळे एक दिवस सर्व भक्तांनी भगवान विष्णूंकडे धाव घेतली. "हे परमेश्वरा, तुम्ही आम्हाला सत्प्रवृत्त होण्याची, इतरांना मदत करण्याची शिकवण देता, पण तुम्ही घालून दिलेल्या मार्गावरून हे असुर चालत नाहीत. त्यांना जेव्हा जेव्हा संधी मिळेल, तेव्हा ते आमचा छळ करतात. आम्ही सतत त्यांच्या भीतीच्या छायेत जगतो. आम्हाला तुमच्या मदतीची गरज आहे.''

भगवान विष्णू स्मितहास्य करत म्हणाले, "तुम्ही काही काळजी करू नका. मी यावर निश्चित उपाययोजना करीन.''

भगवान विष्णूंनी त्यांचा शब्द पाळला. त्यानंतर एक दिवस पिवळ्या डोळ्यांच्या हिरण्याक्ष असुरानं आपल्या सेनेला प्रजेची घरं लुटण्याची आज्ञा करताच, भगवान विष्णू एका हिंस्र वराहाचं रूप घेऊन पृथ्वीवर आले. लोकांची घरं लुटण्यासाठी निघालेल्या सेनेला त्यांनी वाटेतच अडवलं.

जेव्हा हिरण्याक्षाच्या कानावर ही वार्ता गेली, तेव्हा तो आश्चर्यचकित झाला. "हे कसं काय शक्य आहे. एका वराहानं माझ्या संपूर्ण सेनेचा पाडाव केला?'' तो स्वतःशी म्हणाला.

मग त्यानं त्या वराहाचा मुकाबला करण्यासाठी खूप मोठी सेना पाठवली. वराह त्या सैन्याशी लढत असतानाच इकडे हिरण्याक्षानं भूदेवीचं अपहरण केलं. त्याला संपूर्ण जगावर स्वतःचं राज्य प्रस्थापित करायचं होतं. त्यानं तिला समुद्राच्या तळाशी कैदेत ठेवलं.

भूदेवीचं करुण रुदन भगवान विष्णूंच्या कानावर येताच ते वराहाच्या रूपातच तिची सुटका करण्यासाठी धावले. शस्त्रास्त्रांनिशी लढाईस सज्ज असलेला हिरण्याक्ष आणि निःशस्त्र वराहामधील ते युद्ध नंतर पुष्कळ वर्षं चालूच होतं. ते दोघंही तुल्यबळ योद्धे होते; परंतु अखेर हिरण्याक्षाचा वध करण्यात त्या वराहाला यश आलं. अशा तऱ्हेनं हिरण्याक्षाच्या काळ्याकुट्ट राजवटीतून त्यानं भूदेवीची आणि संपूर्ण जगाची सुटका केली.

अशा रीतीनं भगवान विष्णूंनी वराह अवतारात आपलं वचन पूर्ण केलं.

लोकांनी सुटकेचा निःश्वास टाकला. त्या हिरण्याक्षाचा निःपात झाल्यामुळे आता त्यांना सुखासमाधानाने आयुष्य जगता येणार होतं. पण अजूनही हिरण्यकशिपूचा बंदोबस्त करणं गरजेचं होतं.

हिरण्याक्षाचा जेव्हा वध झाला, तेव्हा हिरण्यकशिपू कामासाठी राजधानीच्या

बाहेर गेलेला होता. तो परतल्यावर त्याला आपला भाऊ हिरण्याक्षाच्या मृत्यूविषयी कळताच तो तातडीनं देवलोकाकडे निघाला. तेथे जाऊन त्यानं ब्रह्मदेवाला प्रसन्न करण्यासाठी अतिशय कठोर तपश्चर्या सुरू केली.

त्याच्यावर प्रसन्न होऊन ब्रह्मदेव त्याच्यासमोर प्रकट झाले. ''प्रिय भक्ता, सांग तुझी काय इच्छा आहे?''

सर्व असुरांची जी मनीषा होती, तीच हिरण्यकशिपूची होती. तो म्हणाला, ''मला अमर व्हायचं आहे.''

पण नेहमीप्रमाणेच ब्रह्मदेवानं त्याची ती मागणी अमान्य केली.

''मग तसं असेल, तर तुम्ही माझी एक विनंती मान्य करा,'' हिरण्यकशिपू म्हणाला. ''तुम्ही मला एक वर द्या. माझा मृत्यू कोणत्याही मनुष्याच्या अथवा प्राण्याच्या हातून होणार नाही, सकाळी अथवा संध्याकाळी होणार नाही, घराच्या आत अथवा घराबाहेर होणार नाही.''

''तथास्तू!'' ब्रह्मदेव म्हणाले.

हिरण्यकशिपूची पत्नी कयाधू ही एक कनवाळू व धार्मिक प्रवृत्तीची स्त्री होती. त्या वेळी ती गर्भवती होती. तिला आपल्या पतीचा दुर्वर्तनी स्वभाव आवडत नसे. त्यानं प्रजेची पिळवणूक करणं थांबवावं, म्हणून ती त्याची याचना करत असे.

एक दिवस हिरण्यकशिपू स्वारीवर गेलेला असताना इंद्रानं त्याच्या राज्यावर आक्रमण केलं.

कयाधूला तिथून पळ काढण्यावाचून काहीच गत्यंतर उरलं नाही. वाटेत तिला नारदमुनी भेटले. त्यांना तिची दया आली व त्यांनी आपल्या आश्रमात तिला आसरा दिला. सर्व परिस्थिती पूर्ववत होईपर्यंत तिनं तिथेच राहावं, असं त्यांनी तिला सांगितलं.

नारदमुनी हे भगवान विष्णूंचे भक्त असल्यामुळे त्यांच्या आश्रमात साहजिकच विष्णूची स्तुती करणारी भजनं, कीर्तनं व प्रार्थना सतत चालू असत. कयाधूच्या गर्भातील बालकाच्या कानावर ही विष्णुस्तुती सतत पडत होती. त्या बाळाचा जन्म झाला, तेव्हा तो विष्णुभक्त बनला होता. नारदमुनींनी प्रेमानं त्याचं प्रल्हाद असं नामकरण केलं.

इकडे हिरण्यकशिपूनं अनेक राज्यांवर आक्रमणं करून ती बळकावली होती. तो विजयी होऊन आपल्या राजधानीत जेव्हा परत आला, तेव्हा त्याला असं दिसलं, की इंद्रानं त्याच्या राजधानीचा पाडाव करून त्याचा राजवाडा उद्ध्वस्त केला होता व आता त्याची पत्नी नारदमुनींच्या आश्रमात राहत होती. तो तत्काळ नारदमुनींच्या आश्रमात गेला. त्यांचे मनापासून आभार मानून आपल्या पत्नीला व पुत्राला घेऊन तो राजधानीत परतला.

हिरण्यकशिपू संतापानं धुमसत होता. त्याच्या मनातली भगवान विष्णूंबद्दलची द्वेषभावना अधिकच वाढीला लागली होती. त्याच्या मनात विचार चालू होता, ''या इंद्राचं माझ्या राज्यावर आक्रमण करून माझं घरदार उद्ध्वस्त करण्याचं साहस झालं, ते केवळ विष्णूंच्या पाठिंब्यामुळेच. विष्णू माझे शत्रू आहेत. त्यामुळे आजपासून माझ्या राज्यात विष्णुनामाचा उच्चार कुणीही करायचा नाही.''

बरीच वर्षं लोटली. बाळ प्रल्हाद मोठा होत होता. तो एक गोड, आनंदी मुलगा होता. तो नेहमी विष्णूंचं नामस्मरण करायचा. 'विष्णू भगवान हे परमात्मा आहेत' असं तो म्हणायचा.

तो जेव्हा शिक्षणासाठी गुरुकुलात जाऊन राहिला, तेव्हा त्यानं विष्णूंचं नामस्मरण करू नये, म्हणून त्याच्या गुरूंनी त्याचं मन वळवण्याचा खूप प्रयत्न केला. परंतु प्रल्हाद मात्र त्यावर केवळ स्मितहास्य करे. त्याचं विष्णुनामाचं स्मरण चालूच होतं. आपल्या आईच्या गर्भात असताना नारदमुनींच्या आश्रमात त्याच्या कानावर पडलेली विष्णुस्तुती तो पुन्हा पुन्हा म्हणत असे.

एक दिवस तो गुरुकुलातून आपल्या आई-वडिलांना भेटण्यासाठी आलेला असताना त्याच्या वडिलांनी– म्हणजेच हिरण्यकशिपूनं– मोठ्या प्रेमानं त्याला कडेवर घेऊन विचारलं, ''बाळा, तू गुरूंच्या आश्रमात खूप काही शिकला असशील ना? तू कायकाय शिकलास, ते मला तरी सांग.''

त्यावर प्रल्हाद म्हणाला, ''तात, भगवान विष्णू ही या जगात भरून राहिलेली महान शक्ती आहे. ते दयाळू आणि क्षमाशील आहेत आणि आपणसुद्धा तसंच असलं पाहिजे. आपली जर त्यांच्यावर श्रद्धा असेल, तर आपलं आयुष्य सुखी होतं.''

आपल्या मुलाच्या तोंडचे शब्द ऐकून हरिण्यकशिपूला फार मोठा धक्का बसला. त्यानं प्रल्हादाला जमिनीवर फेकून दिलं. कयाधू काय घडलं ते पाहायला धावतच तिकडे आली. आपल्या पतीचा चेहरा रागानं लाल झालेला पाहून ती मनातून घाबरली.

परंतु प्रल्हाद मात्र जराही विचलित झालेला नव्हता. तो शांतपणे उठून उभा राहिला आणि हात जोडून 'ओम् नारायण' असा मंत्र जपू लागला.

हिरण्यकशिपूनं प्रल्हादाच्या अनेक गुरूंना बोलावून घेतलं. तो रागानं म्हणाला, ''तुम्ही माझ्या या लहान मुलाला काय शिकवताय? तुम्हीच त्याच्या डोक्यात या नसत्या गोष्टी भरवून ठेवल्या आहेत. माझ्या कट्टर वैऱ्याचं नामस्मरण करण्यास माझ्या मुलाला तुम्ही शिकवलंत? मला सांगा, हे काम नक्की कुणाचं आहे? त्याला माझ्यासमोर उभं करा. मी त्या अपराधाची त्याला कठोर शिक्षा देणार, यात शंकाच नाही.''

प्रल्हादाच्या सर्व शिक्षकांची भीतीनं गाळण उडाली. ते म्हणाले, "महाराज, आम्ही प्रल्हादाला विष्णूंबद्दल काहीच शिकवलेलं नाही. खरं सांगायचं, तर त्यांच्याविषयी तोच आम्हाला शिकवतो. पण एक गोष्ट तुम्हाला सांगावीशी वाटते– बाळ प्रल्हाद हा अत्यंत गुणी मुलगा आहे. तो शांत आहे, समाधानी आहे, सद्वर्तनी आहे. आजवर त्यानं कधीही कुणाची आगळीक काढलेली नाही की व्रात्यपणा केलेला नाही. तो सर्व विषय अगदी मनापासून शिकतो. त्याच्याविषयी आमची बाकी काहीच तक्रार नाही. केवळ एकच तक्रार आहे, आम्ही त्याला विष्णूंच्या नामाचा उच्चार करायचा नाही, असं कितीही वेळा सांगितलं, तरीही तो आमचं ऐकत नाही. पण एवढी एक बाब सोडली, तर तो अत्यंत आदर्श विद्यार्थी आहे."

हिरण्यकशिपू ते ऐकून थोडा शांत झाला. तो विचारात पडला. अखेर प्रल्हादाच्या शिक्षकांना आणखी एक संधी देण्याचं त्यानं ठरवलं. प्रल्हादाला विष्णूचा विसर पडावा म्हणून त्यांनी आणखी प्रयत्न केले पाहिजेत, असं त्यांनी त्याला सांगितलं.

असा आणखी काही काळ गेला, पण परिस्थितीत काहीच बदल झाला नाही. अखेर हिरण्यकशिपूचा संयम सुटला. "माझ्या स्वतःच्या मुलानं रात्रंदिवस माझ्या वैऱ्याच्या नामाचा जप करावा? माझ्या प्रजाजनांना जर हे समजलं, तर ते माझी छी-थू करतील. त्यांना माझ्याविषयी काहीच आदर वाटणार नाही. मला या प्रल्हादाला धडा शिकवलाच पाहिजे."

त्यानंतर प्रल्हाद आपल्या वडिलांना जेव्हा भेटायला आला, तेव्हा ते त्याला म्हणाले, "तुझा विष्णूवर हा जो अंधविश्वास आहे ना, त्याबद्दल मी तुला चांगली शिक्षा करणार आहे. तू माझा पुत्र आहेस याबद्दल तुला या शिक्षेत कोणत्याही प्रकारची सवलत मिळू शकणार नाही. आणि प्रल्हादा, तू फार चुकीचा विचार करतो आहेस. विष्णू हा परमात्मा वगैरे काही नसून, तो तुझ्या साहाय्याला कधीही धावून येणार नाही."

त्यावर प्रल्हाद शांतपणे म्हणाला, "तात, तुम्हाला जे काही करायचंय ते करा, पण भगवान विष्णू माझ्या हाकेला नक्की धावून येतील."

"माझे शिपाई तुला जवळच्या पर्वत शिखरावर नेऊन तिथून तुझा कडेलोट करतील."

आपला एका पर्वतावरून कडेलोट करण्यात येणार असल्याच्या कल्पनेने प्रल्हाद भयभीत होईल, असं हिरण्यकशिपूला वाटलं. त्या भीतीपोटी तो आपल्या श्रद्धेचा त्याग करेल, अशी त्याला खात्रीच होती.

कयाधूचा तर हे सर्व ऐकून स्वतःच्या कानांवर विश्वास बसेना. ती भयकंपित झाली. ती आपल्या पतीच्या विनवण्या करत म्हणाली, "तुम्ही असं क्रूर वर्तन करू नका हो करू. तो आपला बाळ आहे. तुमचा मुलगा आहे तो!"

आजवर कधीही हिरण्यकशिपूनं आपल्या पत्नीच्या मतांचा आदर केलेलाच नव्हता. तरीसुद्धा आत्ता तिची समजूत काढत तो म्हणाला, "हे बघ, आपल्या मुलावर जेवढं तुझं प्रेम आहे, तेवढंच माझंसुद्धा आहे. पण एकदा माझ्या सैनिकांनी त्याला कड्याच्या टोकापाशी नेऊन उभं केलं की सर्व काही माझ्या नियंत्रणाखाली आहे, हे त्यालाही समजून येईल. त्याला एक गोष्ट समजायलाच हवी आहे, की त्याचं मतसुद्धा त्याच्या पित्याच्या मताचं प्रतिबिंब असलं पाहिजे. माझ्या सख्ख्या भावाच्या मृत्यूला तो विष्णूच जबाबदार आहे. आपल्या मुलाला एक गोष्ट समजायलाच हवी, की त्यानं एका असुराच्या पोटी जन्म घेतला आहे, त्यामुळे तो स्वतःसुद्धा असुरच आहे. आणि विष्णू आपला वैरी आहे. आणि नेहमी वैरीच राहणार."

इकडे प्रल्हादाला हिरण्यकशिपूच्या शिपायांनी कडेलोट करण्याच्या जागी नेऊन उभं केलं. तो मात्र तिथे अत्यंत शांतपणे विष्णुनामाचा जप करत उभा होता. आता त्या शिपायांपुढे काहीच पर्याय राहिला नाही. त्यांनी राजाच्या आज्ञेनुसार प्रल्हादाला खोल दरीत ढकलून दिलं. मग ते सगळे शिपाई दरी उतरून प्रल्हादाचा मृतदेह शोधण्यासाठी गेले. पाहतात तर काय, प्रल्हाद तिथे शांतपणे 'हरिओम्' असा जप करत बसलेला होता. त्याच्या अंगावर साधा ओरखडासुद्धा उमटलेला नव्हता.

हिरण्यकशिपूला हे जेव्हा कळलं, तेव्हा तो संतप्त झाला. परंतु कयाधू मात्र हर्षभरीत झाली होती. परंतु काही क्षणांतच तिचा आनंद मावळला व त्याची जागा भीतीने घेतली. "आता माझ्या बाळाला हा राजा नक्की कोणती शिक्षा ठोठावणार?" तिच्या मनात आलं.

'प्रल्हाद केवळ नशिबानंच वाचला असणार. आता याला याहूनही कठोर शिक्षा द्यायला हवी!' हिरण्यकशिपू स्वतःशीच म्हणाला. मग त्यानं आज्ञा दिली, "प्रल्हादाला माझ्यासमोर बसवून विष पाजण्यात यावं. त्यातून त्याला त्याचा परमेश्वर कसा वाचवतो, ते पाहूच."

हे ऐकून कयाधू अगतिकपणे रडू लागली.

विषप्राशन करण्याचा क्षण आला, तेव्हा प्रल्हाद आपल्या मातेकडे वळून म्हणाला, "तू माझी चिंता करू नकोस. त्याची काही गरजच नाही. हे बघ, परमेश्वर भक्तांच्या साहाय्याला नेहमीच धावून येतो. कदाचित मी प्राशन करण्यापूर्वी त्या विषाचं रूपांतर अमृतातसुद्धा होईल."

असं म्हणून त्यानं आनंदानं ते विष प्राशन केलं. तिथे उपस्थित असलेल्या सर्वांना आश्चर्याचा धक्का बसण्यासारखी गोष्ट घडली. जणू काही प्रल्हादानं विषाऐवजी पाणीच प्यायलं होतं की काय? कारण त्याला काहीच झालं नाही. प्रल्हादाचा जीव परत एकदा वाचला होता.

पण त्याच्या वडिलांची हार मानण्याची अजूनही तयारी नव्हती. त्यांनी आणखी

एक क्रूर शिक्षा शोधून काढली. "त्याला आगीत भिरकावून द्या. हा माझा मुलगा नसून, माझा वैरीच आहे. त्याला घरात थारा देण्यापेक्षा माझ्या पोटच्या अपत्याला गमावणं मी पसंत करीन."

परंतु प्रल्हादाला त्या आगीची साधी झळसुद्धा लागली नाही. तो त्यातूनसुद्धा सहीसलामत वाचला.

आता यापुढे काय करायचं ते हिरण्यकशिपूला कळेना. तो अगदीच निराश झाला, संतप्त झाला. आपला पोटचा मुलगा आपल्या वैऱ्याचा निस्सीम भक्त आहे, ही कल्पना त्याला सहन होईना.

एक दिवस हिरण्यकशिपूने प्रल्हादाला आपल्या महाली बोलावून घेतलं. तो म्हणाला, "तू ज्या परमेश्वराची एवढी भक्ती करतोस ना, तो आहे तरी कुठे? तू त्याला इथे बोलावून घे. मला त्याला भेटायचंय."

"पिताजी, परमेश्वर तर सर्वत्र आहे. तो या चराचरात भरलेला आहे. तो जिथे नाही, अशी एकसुद्धा जागा नाही."

"असं का?" हिरण्यकशिपू त्याची हेटाळणी करत म्हणाला.

"होय पिताजी, तसंच आहे."

"मग तो या प्रवेशद्वारात आहे का? या गवाक्षात किंवा त्या भिंतीत किंवा त्या आसनात आहे का?" त्याचे वडील उपहासानं म्हणाले.

"होय पिताजी, तुम्ही इथे ज्या ज्या गोष्टींचा उल्लेख केलात, त्या प्रत्येक गोष्टीत तो आहे."

"तसं जर असेल तर तो या समोरच्या स्तंभातसुद्धा असेलच ना? मग सांग तुझ्या त्या परमेश्वराला, त्या खांबातून बाहेर येऊन मला तोंड दाखवायला! मला त्याला भेटायचंय."

अचानक वीज कोसळल्यासारखा भयंकर आवाज होऊन तो स्तंभ दुभंगला आणि त्यातून एक विचित्र पशू बाहेर आला. त्याचं मस्तक सिंहाचं आणि शरीर मानवाचं होतं. हा नरसिंह होता, भगवान विष्णूंचाच तो एक अवतार होता.

हिरण्यकशिपूनं त्या नरसिंहाशी दोन हात करण्याचा पुष्कळ प्रयत्न केला; पण नरसिंहानं त्याची गर्दन पकडून त्याला घराच्या उंबरठ्यावर ठेवलं. ती वेळ सकाळचीसुद्धा नव्हती आणि संध्याकाळचीसुद्धा नव्हती. तो संधीप्रकाशाचा समय होता. अशा रीतीनं नरसिंहानं ब्रह्मदेवाच्या सर्व अटी पूर्ण करून तिथल्या तिथे हिरण्यकशिपूचा वध केला.

राजवाड्यात सर्वत्र शांतता पसरली.

नरसिंह प्रल्हादाच्या जवळ येऊन म्हणाला, "इथून पुढे या पृथ्वीतलावर तू माझा महान भक्त म्हणून नावारूपास येशील. लोक जेव्हा माझं स्मरण करतील,

तेव्हाच ते तुझंसुद्धा स्मरण करतील. तुझ्यावर इतकी प्राणसंकटं येऊनसुद्धा तुझा माझ्यावरचा विश्वास अढळ राहिला. तुझा आत्मा अत्यंत शुद्ध आहे. तुला जेवढी राज्यं हवी असतील तेवढी प्राप्त होतील आणि तू अत्यंत सुजाण व लोककल्याणकारी शासनकर्ता होशील. धनधान्य, संपत्ती व सर्व प्रकारची सुखं तुला प्राप्त होतील. प्रजा तुझ्यावर नेहमीच प्रेम करेल आणि मी निरंतन तुझ्याबरोबर असेन.''

अशा रीतीनं या पृथ्वीतलावर जय आणि विजय यांचा पहिला जन्म संपुष्टात आला.

रावण आणि कुंभकर्ण

रामायणाची कथा तुम्हा-आम्हा सर्वांनाच माहीत आहे. या कथेत रावणानं श्रीरामांच्या पत्नीचं म्हणजे सीतेचं अपहरण केलं होतं. त्यातूनच राम अणि रावण यांच्यात एक महायुद्ध घडून आलं. या रावणाला कुंभकर्ण नावाचा एक भाऊ होता. तो एक राक्षस होता. तो अत्यंत बलाढ्य आणि शक्तिशाली होता. तो वर्षातले सहा महिने सलग झोपत असे. जेव्हा राम व रावण यांच्यातील युद्धाला तोंड फुटलं, तेव्हा रावणानं कुंभकर्णाला जबरदस्तीनं झोपेतून जागं केलं. रामाचा शिरच्छेद करण्याच्या कामी रावणाला कुंभकर्णाची मदत हवी होती; परंतु कुंभकर्णानं त्याला विरोध केला. असं करणं अयोग्य होईल, हे त्याला पटवून देण्याचा प्रयत्न केला. पण रावण मात्र आपल्या भावाचं काही ऐकून घेण्याच्या मनःस्थितीत नव्हता. कुंभकर्णानं एक बंधू म्हणून आपल्या कर्तव्याचं पालन केलंच पाहिजे, असा रावणाचा आग्रह होता त्यामुळे कुंभकर्ण युद्धभूमीवर जाऊन पोहोचला; परंतु तिथे श्रीरामानं त्याचा वध केला. श्रीराम हा भगवान विष्णूंचाच अवतार होता. अखेर स्वतः रावण श्रीरामाशी युद्ध करण्यासाठी गेला. परंतु त्याच्या नशिबात रामाच्या हातून मृत्यू लिहिलेला असल्यामुळे रामानं त्यालाही ठार मारलं.

अशा रीतीनं जय आणि विजय यांचं पृथ्वीतलावरील दुसरं मर्त्य जीवन संपुष्टात आलं.

शिशुपाल आणि दंतवक्र

चेदी राज्याचा राजा दामघोष व त्याची पत्नी सृतादेवी यांच्या पोटी जेव्हा पहिलं अपत्य जन्माला आलं, तेव्हा त्यांचं मन विषादानं भरून गेलं.

त्या नवजात अर्भकाचं त्यांनी शिशुपाल असं नामकरण केलं. परंतु ते अर्भक दिसायला फार चमत्कारीक आणि कुरूप होतं. त्याला चार हात आणि तीन डोळे

होते. ज्या कुणाची नजर त्या बाळावर पडे, त्यांच्या नजरेत घृणा आणि तिरस्कार स्पष्ट उमटलेला दिसे. त्याच्या माता-पित्यांना त्याच्या भविष्याची फार काळजी लागून राहिली होती. शिशुपाल मोठा झाल्यावर त्याला राज्यकारभाराची धुरा सांभाळता येईल की नाही या विचारानं त्यांचं मन ग्रासलेलं असे.

या गोष्टीवर खूप विचार केल्यावर राजानं असं ठरवलं की, या बाबतीत काय करता येईल याविषयी सल्लामसलत करण्यासाठी राज्यातील विद्वत्जनांना बोलावून घेतलेलं बरं. त्याप्रमाणे त्यानं सर्व विद्वानांना राजवाड्यात बोलावून घेतलं.

काही लोक म्हणाले, "महाराज, त्या बाळाला अरण्यात सोडून द्यावं. असं बाळ जन्माला येणं हा मोठाच अपशकुन आहे."

आणखी कुणीतरी सांगितलं, "त्याला एका नौकेत ठेवून ती नौका नदीप्रवाहात सोडून द्या."

एकाने सुचवलं, "तुम्ही गुपचूप त्याला एखाद्या जोडप्याकडे सोपवा. ते त्या गोष्टीचा बोलबाला न करता त्याचा सांभाळ करतील."

परंतु राजाला किंवा राणीला यातला कोणताच उपाय पटला नाही. तो दिसायला कसाही असला, तरी शेवटी तो त्यांच्या पोटचा मुलगा होता. त्यांचं त्याच्यावर जिवापाड प्रेम होतं.

एक दिवस एक म्हातारा माणूस त्यांच्याकडे आला. त्यानं बाळाला पाहण्याची इच्छा व्यक्त केली. मग तो राणी सृतादेवीकडे पाहून म्हणाला, "महाराणी, तुम्ही अजिबात धीर सोडू नका. काही दिवसांतच तुमचं हे बाळ सर्वसामान्य बाळासारखं होऊ शकेल. त्याचा तो जास्तीचा डोळा आणि जास्तीचे हातसुद्धा अदृश्य होतील; परंतु त्यासाठी त्याला एका खास व्यक्तीच्या मांडीवर बसवावं लागेल. त्या व्यक्तीनं अजून तुमच्या राजवाड्याला भेट दिलेली नाही."

ते ऐकून सृतादेवीचा आनंद गगनात मावेना.

तेवढ्यात तिची नजर चुकवत तो म्हातारा म्हणाला, "पण..."

"पण काय?" सृतादेवी काळजीनं म्हणाली.

"पण हीच व्यक्ती तुमच्या मुलाच्या मृत्यूचं कारण ठरेल."

ते ऐकून महाराणी सृतादेवीचे डोळे भरून आले. "मग आता आम्ही काय करावं? हे सगळं थांबवण्याचा काही मार्ग आहे का?"

"ते मला माहीत नाही," तो म्हातारा हळुवार आवाजात म्हणाला, "तो माणूस जेव्हा इथे येईल, तेव्हा तुम्ही स्वतःच ते त्याला विचारा."

त्यानंतर पुढचे कित्येक महिने कोणीही राजवाड्यात प्रवेश केला, की सृतादेवी त्या व्यक्तीच्या मांडीवर आपल्या बाळाला नेऊन बसवे. पण काहीच घडत नव्हतं. त्याचे ते जास्तीचे हात आणि तो जास्तीचा डोळा जागच्या जागीच होता.

एक दिवस सृतादेवीचा भाचा श्रीकृष्ण आपल्या आत्याला भेटण्यासाठी तिच्याकडे आला. सृतादेवीनं लगेच आपल्या बाळाला कृष्णाच्या मांडीवर बसवलं. त्याबरोबर एक आश्चर्य घडलं. त्या बाळाचे जास्तीचे हात गळून पडले आणि त्याचा तिसरा डोळासुद्धा नाहीसा झाला. आता ते बाळ सर्वसामान्य बाळांसारखंच दिसू लागलं. ते पाहून सुख-दुःखाचा संमिश्र कल्लोळ सृतादेवीच्या मनात निर्माण झाला. एकीकडे आपल्या बाळाचं ते विद्रूप रूप जाऊन तो सर्वसामान्यांसारखा दिसू लागला याचा आनंद, तर दुसरीकडे त्या बाळाच्या मृत्यूची भीती. ती आपल्या भाच्याला म्हणाली, "प्रिय कृष्णा, तू माझ्या या बाळाला एक नवं जीवन मिळवून दिलं आहेस; पण मला हेही माहीत आहे, की पुढे त्याच्या मृत्यूचं कारणसुद्धा तूच बनणार आहेस. पण कृपा करून माझ्या या बाळाला तू वाचव. त्याचं रक्षण कर. मी तुझ्यापुढे पदर पसरते."

आपल्या आत्याची ती शोकाकुल अवस्था पाहून कृष्णाचं हृदय हेलावलं. तो म्हणाला, "आत्या, अगं रडू नको. हे बघ, जर तुझ्या पुत्राच्या मृत्यूचं कारण मी होणार हे विधिलिखित असेल, तर मग एक लक्षात घे. त्याच्या हातून काहीतरी महाभयंकर पातक घडल्याखेरीज उगीचच्या उगीच काही त्याला मृत्यू येणार नाही. भविष्यात नक्की काय घडणार आहे ते तर मला माहिती नाही. पण तू तुझ्या पुत्राच्या बाबतीत एक गोष्ट करू शकतेस. त्याला कायम सन्मार्गावरून वाटचाल करण्यासाठी तू प्रवृत्त कर. तू त्याच्यावर उत्तम संस्कार कर. त्याला सदाचाराची शिकवण दे."

त्यावर सृतादेवी म्हणाली, "मी माझ्या मुलावर उत्तम संस्कार करून त्याला चांगल्या मार्गावरून जाण्याची शिकवण तर देईनच, पण त्याच्या हातून जर काही प्रमाद घडला, तर तू त्याला क्षमा करशील ना? त्याचे अपराध पोटात घालशील ना?"

"अगं आत्या, तसं नसतं. एखाद्या माणसाच्या हातून जर एखादी चूक पहिल्यांदाच घडली, तर त्याला आपण क्षमा करतो. तरीही त्यानं दुसऱ्यांदा तीच चूक केली, तर कदाचित त्याला सूचना देऊन सोडून देऊ शकतो, पण समजा त्या माणसाने तीच चूक तिसऱ्यांदा केली, तर मात्र त्याला शिक्षा व्हायलाच हवी. मी त्याच्या चुका सतत पोटात घालू शकणार नाही. त्याला काहीतरी मर्यादा तर ठरवायलाच पाहिजे."

"मग तसं असेल, तर माझ्या मुलाचे शंभर अपराध तू पोटात घालशील, असं मला वचन दे!" सृतादेवी विनवण्या करत म्हणाली.

कृष्णानं त्यावर मान हलवून होकार देत स्मितहास्य केलं.

शिशुपाल बघताबघता लहानाचा मोठा होत होता. तो एक राजपुत्र होता. स्वभावानं उन्मत्त होता. त्यात त्याची जरासंध नावाच्या एका दुष्ट राजाशी मैत्री झाली. जरासंधाचा मावसभाऊ दंतवक्र हाही त्याचा मित्र झाला. तोही दुष्ट होता. त्यांच्यामुळे

शिशुपाल भरकटत गेला. शिशुपाल जेव्हा वयात आला, तेव्हा राजकन्या रुक्मिणीशी विवाह करण्याची त्याची इच्छा होती; परंतु रुक्मिणीला तो पती म्हणून पसंत नव्हता. पण तरीही शिशुपालाच्या दुराग्रहामुळे अखेर त्याचा आणि रुक्मिणीचा विवाह ठरवण्यात आला; परंतु विवाहाच्या दिवशीच रुक्मिणी राजवाड्यातून पळून गेली व तिनं श्रीकृष्णाशी विवाह केला. त्यानंतर मात्र शिशुपालाला आपल्या मामेभावाविषयी म्हणजेच कृष्णाविषयी द्वेष वाटू लागला.

असाच काळ पुढे सरकत होता. एक दिवस पांडवांमधील ज्येष्ठ बंधू युधिष्ठिरानं श्रीकृष्णाचा सन्मान करण्यासाठी राजसूय यज्ञ करण्याचं ठरवलं. संपूर्ण भारतभरातून राजे-महाराजे या यज्ञासाठी येऊन हजर झाले. त्यांच्यामध्ये शिशुपालसुद्धा होता. शिशुपालानं कृष्णाला तेथे पाहिलं. तेथे त्याचा मानसन्मान होताना पाहून त्याच्या मनातला द्वेष उफाळून वर आला. त्यानं कृष्णाला उद्देशून अपशब्द वापरण्यास सुरुवात केली. शिशुपालाच्या तोंडची ती अभद्र भाषा ऐकून आजूबाजूचे सर्व राजे-महाराजे अस्वस्थ झाले. ते उठून शिशुपालाच्या जवळ जाऊन त्याची समजूत काढू लागले. परंतु कृष्ण अत्यंत शांत मुद्रेनं स्मितहास्य करत त्यांना म्हणाला, "तुम्ही कुणी काहीही काळजी करून नका. तुम्ही शांत राहा आणि आसनस्थ व्हा."

आपल्या आत्याला दिलेलं वचन आठवून कृष्णानं शिशुपालाचे अपराध मोजण्यास सुरुवात केली. त्याचे शंभर अपराध भरल्यावर कृष्णानं आपल्या सुदर्शनचक्रानं त्याचा शिरच्छेद केला.

हा शिशुपाल म्हणजेच श्रीविष्णूंच्या द्वारपालांपैकी एक जय हा होता. दुसरा द्वारपाल म्हणजे विजय हा त्याचा मित्र दंतवक्र याच्या रूपानं पृथ्वीवर जन्माला आला होता. याला विष्णूनं गदायुद्धात ठार मारलं. अशा रीतीनं जय आणि विजय या दोघांनी आपले पृथ्वीवरचे तीन मर्त्य जन्म पूर्ण केले. त्यानंतर ते विष्णूंचे द्वारपाल बनून वैकुंठाला परत गेले.

संकटात धावून येणारा मित्र

रक्षा

एक असुर ब्रह्मदेवाचा निस्सीम भक्त होता. त्यानं एकदा ब्रह्मदेवाला प्रसन्न करून घेण्यासाठी अत्यंत खडतर तपश्चर्या केली. अखेर ब्रह्मदेव त्याच्यासमोर प्रकट होताच तो असुर म्हणाला, "देवा, मला तुमच्याकडून एक वरदान हवं आहे. मी जर कोणत्याही व्यक्तीच्या मस्तकास माझ्या हाताच्या तळव्यानं स्पर्श केला, तर त्या व्यक्तीची राख झाली पाहिजे."

"पण असं का?" ब्रह्मदेव म्हणाला.

"मला एकदा असा वर मिळाला, की मग मी कोणत्याही सेनेच्या मदतीशिवाय संपूर्ण जगावर माझं आधिपत्य प्रस्थापित करू शकेन." असुर म्हणाला.

ब्रह्मदेवानं स्मितहास्य करत त्याला तसा वर दिला. "तथास्तु! आजपासून जग तुला भस्मासुर म्हणून ओळखेल."

ज्या क्षणी त्या भस्मासुराला हा वर मिळाला त्या क्षणी त्यानं त्रिमूर्ती दत्तात्रेयालाच संपवून टाकण्याचा निश्चय केला. असं केल्यानं त्याला मोकळं रानच मिळालं असतं.

एकदा ही दुष्ट योजना त्याच्या मनात शिजल्यावर त्यानं ती तत्काळ अमलात आणायचं ठरवलं. सर्वांत प्रथम ब्रह्मदेवाच्याच मस्तकावर हात ठेवून त्यालाच भस्मसात करण्याचा त्याचा बेत होता; पण ज्या क्षणी हा विचार त्याच्या मनात आला, त्याच क्षणी ब्रह्मदेवाला आपल्या दैवी सामर्थ्यामुळे तो कळून चुकला. ब्रह्मदेवाला आश्चर्याचा धक्का बसला. आपण दिलेल्या वरदानाचा कुणी आपल्याच विरोधात वापर करेल, ही कल्पना त्याच्या मनाला शिवलीसुद्धा नव्हती. त्यामुळे ब्रह्मदेव अत्यंत वेगानं तेथून निघाला व भस्मासुरही त्यांचा पाठलाग करत त्याच्या मागे लागला.

हा पाठलाग पुढचे कित्येक महिने चालूच होता. अखेर भस्मासुरापासून स्वतःला वाचवून धावताधावता ब्रह्मदेवानं भगवान विष्णूंचा धावा सुरू केला. "हे भगवान, तुम्ही माझं रक्षण करा. नाहीतर संपूर्ण जगाचा समतोल ढळेल."

"हे असं जर तुला वाटत असेल, तर मग यापुढे कुणालाही एखादं वरदान देण्यापूर्वी तू विचार करत जा!" श्रीविष्णू म्हणाले.

"परंतु माझ्या प्रिय भक्तांचा माझ्यावर हक्क आहे. ते माझ्याकडे जे वरदान मागतील, ते त्यांना देणं माझ्यावर बंधनकारक आहे." ब्रह्मदेव म्हणाला.

त्यावर भगवान विष्णूंनी काहीच न बोलता नुसता हुंकार दिला.

ब्रह्मदेवाचा पाठलाग करत त्याच्या मागे धावणारा भस्मासुर आता पृथ्वीलोकाच्या अगदी कडेला येऊन पोहोचला होता. तो अचानक थांबला. तिथे जवळच असलेल्या एका उद्यानात एक अलौकिक सुंदरी विहार करत होती. तिला पाहताच भस्मासुराला ब्रह्मदेवाचं विस्मरण झालं. तो हळूहळू तिच्या दिशेनं सरकू लागला. तो जसा त्या स्त्रीच्या अधिकाधिक जवळ जात होता, तसा तो तिच्या सौंदर्यानं मंत्रमुग्ध होत होता. त्यानं असं अद्वितीय सौंदर्य जन्मात कधीच पाहिलेलं नव्हतं. अगदी स्वर्गीय अप्सरा, मेनका आणि रंभासुद्धा हिच्या तुलनेत कुठेच नव्हत्या.

भस्मासुराला आपल्या निकट उभं असलेलं पाहताच त्या सुंदरीनं त्याच्याकडे पाहून मोहक हास्य केलं.

"हे सुंदरी, तू या जगातील सर्वांत सुंदर स्त्री आहेस." तो म्हणाला. "मी भस्मासुर आहे. माझ्याकडे एक विशिष्ट शक्ती आहे. तिचा वापर करून मी कुणालाही क्षणार्धात भस्मसात करू शकतो. सर्वांनाच माझी भीती वाटते. अगदी साक्षात ब्रह्मदेवालासुद्धा. माझी तुझ्याशी विवाह करण्याची इच्छा आहे." त्याचे शब्द ऐकून त्या सुंदरीस हसू फुटलं.

भस्मासुर पुढे म्हणाला, "खरं तर तुझी माझी इथे भेट झाली, याबद्दल तू स्वतःला भाग्यवानच समजायला हवंस. तू जर माझी राणी होण्याचं मान्य केलंस, तर जगातील सगळी सुखं हात जोडून तुझ्या पायाशी उभी राहतील. कोणताही देव, कोणताही राजा माझ्या सांगण्यावरून तुझी प्रत्येक इच्छा पूर्ण करण्यासाठी धाव घेईल. पण आधी मला हे सांग, तुझं नाव काय?"

त्यावर ती स्त्री त्याला वंदन करून म्हणाली, "महाराज, माझं नाव मोहिनी. तुमच्यासारख्या पुरुषानं मला मागणी घालावी, हे मी खरोखरच माझं भाग्य समजते. पण तुम्हाला माझ्याविषयी काहीतरी सांगायचंय. मी नृत्यकलेत अत्यंत निपुण असून..."

"प्रिय मोहिनी, मग काय झालं? यात अडचण कुठे आहे?" भस्मासुर तिचं बोलणं मध्येच थांबवत उतावीळपणे म्हणाला.

"मी एक शपथ घेतली आहे. मी ज्या पुरुषाचा पती म्हणून स्वीकार करीन, तोसुद्धा उत्कृष्ट नर्तक असलाच पाहिजे. माझी आणखी काहीच अट नाही. मी तुमच्याकडून इतर कशाचीच अपेक्षा ठेवणार नाही.''

तिचं बोलणं ऐकून भस्मासुर थोडासा अस्वस्थ झाला. त्याला असहाय वाटू लागलं. तो प्रांजळपणे म्हणाला, "मोहिनी, मला तर काही नृत्य करता येणार नाही. पण मी या जगातील सर्वांना तुझ्या तालावर नाचवेन.''

"भस्मासुरा, पण खरं तर नृत्य करणं मुळीच अवघड नसतं. तुम्ही मनात आणलंत, तर ते अगदी लीलया आत्मसात करू शकाल. खरं तर मी स्वतःसुद्धा तुमची गुरू होऊन तुम्हाला नृत्य शिकवू शकेन. तुम्ही खूप कमी वेळात नर्तनकला आत्मसात करू शकाल, यात काहीही शंका नाही. तुम्ही जर हे करायला तयार झालात, तर मला फार आनंद होईल.''

भस्मासुरानं मोहिनीकडे निरखून पाहिलं. तिचे सुंदर डोळे त्याच्याकडे पाहत असताना चमकत होते. तिनं अशा प्रकारची शपथ खरोखरच घेतलेली आहे, ती सत्यच सांगत आहे, यात काही शंकाच नव्हती. त्याचा तिच्यावर पूर्ण विश्वास बसला. त्याला वाटलं, "मी जर हिच्याबरोबर थोडा वेळ नृत्य केलं, तर ही नक्कीच माझ्यासोबत विवाह करण्यास तयार होईल. हिचं सौंदर्य आणि माझी शक्ती एकत्र आली, तर आम्ही जगातलं सर्वांत परिपूर्ण दांपत्य होऊ आणि जगावर राज्य करू.''

त्यानं होकारार्थी मान हलवली.

मग मोहिनीनं त्याला नृत्याचे धडे देण्यास सुरुवात केली. "तुमचा पाय डाव्या बाजूला वळवून हा असा पदन्यास करा.'' ती त्याला शिकवू लागली.

भस्मासुरानं हुबेहूब तिच्यासारख्या हालचाली करण्यास सुरुवात केली.

"आता हे असे इकडे येऊन उजवीकडे दोन पावलं टाका.''

काही वेळानंतर ती आनंद व्यक्त करत म्हणाली, "तुम्ही फार उत्तम विद्यार्थी आहात. मला वाटतं, तुम्ही तर माझ्यापेक्षाही अधिक उत्तम नृत्य करू लागाल.''

भस्मासुराचा आनंद गगनात मावेना. आता तो तिच्या प्रत्येक हालचालीचं अनुकरण करू लागला.

मग मोहिनी म्हणाली, "आता मी तुम्हाला काही हस्तमुद्रा आणि हावभाव शिकवते.''

"अर्थातच शिकव.'' भस्मासुर म्हणाला.

"तुमचा डावा हात पुढे करून हा अशा पद्धतीने धरा.'' मोहिनी त्याला प्रात्यक्षिक करून दाखवत म्हणाली.

हळूहळू तिच्या सूचना गुंतागुंतीच्या आणि किचकट होत गेल्या. ती एकापाठोपाठ एक भराभर सूचना देऊ लागली.

“उजवा हात पसरून धरा.”

“डाव्या मनगटाची वर्तुळाकार हालचाल करा.”

“आता दुसऱ्या हातानंसुद्धा तसंच करा.”

“आता तुमचा डावा हात असा पुढे पसरून धरा आणि उजवा पाय हा असा पुढे करून त्या हाताच्या जवळ न्या.” असं प्रात्यक्षिकासहित त्याला शिकवून ती लगेच पुढच्या पदन्यासांकडे वळली. “आता दुसऱ्या हाता-पायाच्या जोडीनं हुबेहूब तसंच करा.”

भस्मासुर त्याच्या परीनं जमेल तेवढं तिच्या त्या पदन्यासांचं आणि हावभावांचं अनुकरण करत होता. पण तो अत्यंत वाईट नर्तक होता. त्याचा एकही पदन्यास दिमाखदार नव्हता.

आणि तरीही मोहिनी चेहऱ्यावर आदराचे भाव आणून त्याच्याकडे पाहत होती. “अरे वा! तुम्ही तर एखाद्या गिर्रेबाज पक्ष्यालासुद्धा लाजवाल इतकं सुंदर नृत्य करत आहात. तुम्ही किती चपळ आहात. तुमचं शरीर किती लवचीक आहे. तुमच्या नृत्यकौशल्याला तर काही तोडच नाही. आता आपण जरा थोडा आणखी अवघड, गुंतागुंतीचा नृत्याविष्कार शिकू.”

भस्मासुर अगदी हरखून गेला होता.

“तुम्ही तुमचा उजवा हात कमरेवर ठेवा आणि डावा हातही तसाच विरुद्ध बाजूला कमरेवर ठेवा बरं का.” मोहिनी म्हणाली.

भस्मासुरानं मुकाट्यानं तिच्या सर्व सूचना तंतोतंत पाळल्या.

“आता तुमचा डावा हात तुमच्या खांद्यावर ठेवा आणि लगेच उजवा हातही दुसऱ्या खांद्यावर ठेवा. माझ्याकडे पाहा आणि हे मला परत करून दाखवा.” आपल्या विद्यार्थ्याकडे स्मितहास्य करत ती म्हणाली.

“आता डावा हात पुढे-मागे, पुढे-मागे असा हलवा आणि तुमचा उजवा हात तुमच्या मस्तकावर ठेवा. मग अशी स्वतःभोवती गिरकी मारा.” मोहिनी त्याला प्रात्यक्षिक दाखवत म्हणाली.

भस्मासुर तिच्याकडे मंत्रमुग्ध होऊन पाहत, तिचं सौंदर्य डोळ्यात साठवून घेत होता. त्यानं स्वतःचा उजवा हात तिनं सांगितल्याप्रमाणे स्वतःच्या मस्तकावर ठेवला. आपल्या या कृतीचा काय परिणाम होईल याचा त्यानं किंचितही विचार केला नाही. जे व्हायचं तेच झालं. क्षणार्धात त्याचं रूपांतर राखेच्या एका भल्यामोठ्या ढिगाऱ्यात झालं.

त्याच क्षणी मोहिनी स्वतःचा अवतार बदलून आपल्या मूळ रूपात परत आली. ते साक्षात भगवान विष्णूच होते.

‘मोहिनी-भस्मासुर’ अशा नावानं ही कथा सर्वत्र प्रसिद्ध असून, या कथेवर आधारित चित्रं आणि शिल्पकृती पाहायला मिळतात. कर्नाटकातील बेलूर येथील मंदिरात असलेल्या नितांत सुंदर कलाकृतीमध्ये मोहिनी स्वतःचा उजवा हात स्वतःच्या मस्तकावर ठेवून नृत्य करताना आपल्याला पाहायला मिळते.

हत्ती आणि मगर

कोणे एके काळी एक इंद्रद्युम्न नावाचा राजा राहत होता. हा भगवान विष्णूंचा उपासक होता.

एक दिवस थोर महर्षी अगस्ती मुनी राजा इंद्रद्युम्नाच्या भेटीसाठी आले. ते उन्हाळ्याचे दिवस होते. बाहेर वातावरण फार तप्त होतं. अगस्ती मुनी राजाकडे आले तरीही तो त्यांचं स्वागत करण्यासाठी बाहेरसुद्धा आला नाही की त्यानं त्यांची तृष्णा भागवण्यासाठी जलपानाचीसुद्धा व्यवस्था केली नाही. अगस्ती मुनी थकलेले होते. तहानेने आणि भुकेनं ते व्याकूळ झाले होते. राजानं आपल्याला अशी अपमानास्पद वागणूक द्यावी, याचा त्यांना साहजिकच संताप आला.

संतप्त झालेल्या अगस्तींनी इंद्रद्युम्न राजाला शाप दिला, “तू पुढील जन्म हत्तीच्या रूपात घेशील आणि आपली तृष्णा भागवण्यासाठी पाण्याच्या शोधात तू रानोमाळ भटकशील.”

राजा इंद्रद्युम्नाला आपली चूक कळली. तो गयावया करत अगस्तींपुढे क्षमायाचना करू लागला. तो म्हणाला, “मला माझ्या वर्तणुकीचा खरोखर खेद होत आहे. कृपया तुम्ही तुमचा शाप परत घ्या.”

अगस्ती मुनी म्हणाले, “मी एकदा उच्चारलेला शाप काही परत घेऊ शकत नाही; पण मी तुला एक उःशाप देत आहे. जेव्हा साक्षात परमेश्वर तुझा शोध घेत येईल, तेव्हा तू तुझ्या मूळ रूपात परत येशील.”

जगाच्या दुसऱ्या भागात एक देखणा गंधर्व त्याच्या पत्नीसोबत जलक्रीडा करत होता. तिथून देवल नावाचे ऋषी चालले होते. गंधर्वाला त्यांची मस्करी करण्याची लहर आली. त्यांच्या अंगावर पाणी उडवून त्यानं त्यांना जलक्रीडा करण्यासाठी पाण्यात उतरण्याचं निमंत्रण दिलं. गंधर्वाचा हा पोरकटपणा पाहून देवल ऋषी संतप्त झाले. त्यांनी त्याच्याकडे बघून शापवाणी उच्चारली, “तू पुढचा जन्म एका मगराचा घेशील.”

बिचाऱ्या गंधर्वाला पुनर्जन्म मिळाला तो एका मगराचा.

इकडे अगस्ती ऋषींची शापवाणीसुद्धा खरी ठरली होती आणि राजा इंद्रद्युम्नाला

हत्तीचा जन्म मिळाला होता. तो पुढे हत्तींचा राजा बनला. सर्व जण त्याला गजेंद्र म्हणून ओळखू लागले.

एक दिवस गजेंद्र त्याच्या कळपातील इतर हत्तींसोबत एका तळ्यात उतरला होता. अचानक त्याचा पाय कुणीतरी घट्ट पकडला. त्यानं निरखून पाहिलं, तर पाण्याखाली एका महाभयंकर मगरानं त्याचा पाय तोंडात पकडून धरला होता. गजेंद्राला त्याच्या स्वतःच्या अंगच्या शक्तीची पुरेपूर कल्पना होती. कोणताही प्राणी आपला पाय तोंडात पकडून जास्त काळ तग धरून राहू शकणार नाही, हेही त्याला पक्कं ठाऊक होतं. पण एक आश्चर्य घडलं. त्यानं कितीही ताकद लावून आपला पाय त्या मगराच्या जबड्यातून सोडवण्याचा प्रयत्न केला, तरी त्याला ते जमेना. मग त्यानं कळपातल्या इतर हत्तींना मदतीसाठी हाका मारल्या. पण तेसुद्धा त्याला त्या मगराच्या कचाट्यातून सोडवू शकले नाहीत. त्यांचा हा झगडा कित्येक दिवस चालू राहिला. पण काहीच उपयोग झाला नाही. अखेर मदतीला आलेले सर्व हत्ती गजेंद्राला तिथे एकटा सोडून निघून गेले.

अचानक आपल्या पूर्वजन्मातील काही गोष्टी गजेंद्राच्या नजरेसमोर तरळू लागल्या. आपलं नाव पूर्वजन्मात इंद्रद्युम्न होतं हे त्याला आठवलं. इतरही बऱ्याच गोष्टी आठवल्या. मग गजेंद्रानं भगवान विष्णूंचा धावा सुरू केला. ''या संपूर्ण विश्वात फक्त तुम्हीच मला तारू शकता; इतर कुणीच नाही. कृपया मला या संकटातून मुक्त करा. हे परमेश्वरा, मी स्वतःला फार बलाढ्य, शक्तिशाली समजत होतो; पण माझ्या हातात काहीसुद्धा नाही, हे माझ्या आत्ता लक्षात येतंय. तुमचे भक्त जेव्हा कधी संकटात असतात, तेव्हा तुम्ही त्यांच्या मदतीला धावून जाता हे मला माहीत आहे. त्यामुळे मी आता इथेच असाच तुमची आराधना करत राहणार आहे. मग तुम्हाला कितीही वेळ लागला तरी चालेल. मी तुमची वाट पाहीन.''

अखेर भगवान विष्णू स्वतः तिथे प्रकट झाले. त्यांनी आपलं सुदर्शन चक्र त्या मगराच्या दिशेनं सोडलं. त्या मगराचा तिथेच मृत्यू झाला आणि त्याच क्षणी तो शापित गंधर्व तिथे उठून उभा राहिला. त्याचबरोबर गजेंद्रसुद्धा त्याच्या मूळ रूपात – म्हणजे राजा इंद्रद्युम्नाच्या रूपात– तिथे परत आला.

या प्रसंगाचा उल्लेख 'गजेंद्रमोक्ष' असा करण्यात येतो. तिरुपती येथील तिरुमला डोंगरावर हा प्रसंग घडला होता, असे मानतात.

गरुडजन्माची कथा

महर्षी कश्यप हे सप्तर्षींपैकी एक असून, त्यांना संपूर्ण चर सृष्टीचे पिता मानण्यात येतं. एक दिवस कश्यप ऋषी आपल्या दोन पत्नी विनता आणि कद्रू यांना जवळ बोलावून म्हणाले, “मी तुम्हा दोघींना एक एक वरदान देऊ इच्छितो. तर तुम्ही मला तुमच्या मनातली इच्छा सांगा.”

त्यावर कद्रू स्मितहास्य करून म्हणाली, “मला एक हजार पुत्र हवे आहेत.”

त्यावर कश्यप ऋषींनी होकार दिला. मग ते विनताकडे वळले. विनता म्हणाली, “पतिदेव, मला फक्त दोनच पुत्र हवे आहेत. पण ते दोघं कद्रूच्या सर्व पुत्रांपेक्षा जास्त शक्तिशाली असले पाहिजेत.”

“तथास्तु!” कश्यप त्या दोघींना आशीर्वाद देत म्हणाले.

काही दिवसांतच कद्रू आणि विनता या दोघींनी अंडी घातली. कद्रूची अंडी लवकर उबली आणि त्यातून नागांची पिले बाहेर आली. पृथ्वीवर नागांच्या जातीचा उदय यांपासून झाला, असं मानतात. यांमधलाच सर्वांत ज्येष्ठ नाग म्हणजे आदिशेष. या आदिशेष नागाच्या वेटोळ्याची शय्या करून त्यावरच भगवान विष्णू पहुडलेले असतात. त्यानंतरचा नाग म्हणजे वासुकी. हाच पुढे नागांचा राजा बनला.

विनता प्रतीक्षा करत होती, पण तिची अंडी मात्र जशीच्या तशीच होती.

एक दिवस विनता आणि कद्रू अशा दोघी समुद्रकिनारी फेरफटका मारण्यासाठी निघाल्या होत्या. अचानक विनताला आकाशात उच्चैश्रवा अश्व उडताना दिसला. समुद्रमंथनातून बाहेर आलेला हा सात मस्तकांचा अश्व!

विनता कद्रूकडे वळून म्हणाली, “तो बघ आकाशात उडणारा घोडा. कसा हिमासारखा पांढराशुभ्र आहे हा. बघ, किती सुंदर आहे हा.”

आकाशात दूरवर उडत जाणाऱ्या त्या अश्वाकडे कद्रू जरा वेळ बघत राहिली. बघताबघता तो काळोख्या नभात अदृश्य झाला. “नाही गं, विनता,” कद्रू म्हणाली,

"तू नीट पाहा ना. त्याची शेपटी काळी आहे.''

मग दोघी पुन्हा एकदा आभाळाकडे निरखून पाहू लागल्या. पण तोपर्यंत तो अश्व दिसेनासा झालेला होता.

तो अश्व अगदी पांढराशुभ्र असल्याची विनताची खात्री होती. तिनं कद्रूला तसं वारंवार सांगितलं. आता कद्रूलाही नीट आठवेना, की तो पूर्ण पांढरा होता, का त्याची शेपटी काळी होती. पण तिचा अहंकार वर उफाळून आला होता. त्यामुळे ती विनताचं म्हणणं खरं आहे, हे मान्य करायला मुळीच तयार नव्हती. दोघीही आपापल्या मतावर ठाम होत्या. मग दुसऱ्या दिवशी पुन्हा एकदा त्याच ठिकाणी यायचं आणि तो अश्व आकाशात उडताना दिसला, तर त्याच्याकडे नीट पाहून मग काय ते ठरवायचं, असा त्यांनी निर्णय घेतला. पण तत्पूर्वी त्यांनी एक पैज लावली.

ती पैज तशी साधीच होती. जर त्या अश्वाची शेपटी खरोखरच काळी निघाली असती, तर कद्रू ती पैज जिंकणार होती. मग विनताला जन्मभर तिची गुलामगिरी करावी लागणार होती. पण जर तो अश्व संपूर्णपणे पांढराशुभ्र असता, तर मात्र कद्रूला विनताची गुलाम होऊन राहावं लागणार होतं.

त्या दोघी घरी परतल्यावर कद्रूनं आपल्या मुलांना या पैजेविषयी सांगितलं. त्यावर तिची मुलं म्हणाली, "आई, अगं चुकते आहेस तू. उच्चैश्रवाची शेपटी काळी नसून पांढरीच आहे. तू तर ही पैज हरणार आहेस.''

आता कद्रूचा धीर सुटला. तिला काही जन्मभर विनताची गुलाम होऊन राहायचं नव्हतं. मग ती तिच्या मुलांना म्हणाली, "तुम्ही आपल्या आईला मदत नाही का करणार? हे पाहा, तुम्ही सर्प आहात. तुमच्यातल्या काहींनी जाऊन त्या उच्चैश्रवाच्या शेपटीला विळखा घातला, तर ती शेपटी दुरून काळीच दिसेल ना? विनता क्षणभरच त्या अश्वाकडे रोखून बघेल. तेवढा वेळच फक्त तुम्हाला त्याच्या शेपटीला विळखा घालून बसावं लागेल. एकदा मी आणि विनता त्या अश्वाकडे पाहून तिथून परत निघालो, की त्यानंतर तुम्हाला पण तिथून परत जाता येईल. हे पाहा, कुठल्याही परिस्थितीत ही पैज हरणं मला परवडणारं नाही.''

"पण आई, ही शुद्ध फसवणूक आहे. असा खोटेपणा करून कुणाला फसवणं मुळीच योग्य नाही. तूच तर आम्हाला नेहमी सत्याची कास धरून वागायला, न्याय्य मार्गानं जगायला शिकवलंस ना?'' मुलं तिला विरोध करत म्हणाली.

पण जन्मभर विनताची गुलाम होऊन राहण्याची कल्पना कद्रूला अगदी असह्य झाली होती. कद्रू आता निराशेनं आणि संतापानं रडू लागली. "तुम्हा मुलांच्या या हट्टापायी मी आता जन्मभर तिची गुलामगिरी करणार. ठीक आहे. तुमची काही आपल्या आईचं रक्षण करण्याची इच्छा दिसत नाही. त्यामुळे मीसुद्धा तुम्हाला शाप देत आहे. एका मोठ्या सर्पयज्ञात तुम्हा सर्वांचा विनाश होईल.''

कद्रूची ही शापवाणी पुढे खरी झाली. हस्तिनापूर नगरीत राजा जनमेजयाच्या राज्यात त्यानं आपल्या पित्याच्या मृत्यूचा सूड घेण्यासाठी एक मोठा सर्पयज्ञ केला व त्यात अनेक सर्पांची आहुती दिली. जनमेजय हा परीक्षिताचा वारस आणि पांडवांमधील अर्जुनाचा नातू होता.

तिच्या सर्व सर्पपुत्रांपैकी फक्त एक सर्प तिच्या मदतीला धावून आला. त्याचं नाव होतं कर्कोटक.

दुसऱ्या दिवशी ठरल्याप्रमाणे विनता आणि कद्रू समुद्रकिनारी गेल्या. तो उच्चैश्रवा आकाशात आनंदानं विहार करत होता; पण या खेपेस त्याची शेपटी काळी दिसत होती. कद्रू आणि विनता या दोघींनीही ते दृश्य नीट निरखून पाहिलं.

यामध्ये काही काळेबेरं असेल अशी विनताला शंकासुद्धा आली नाही. आपण पैज हरल्याचं मान्य करून ती कद्रूची गुलाम बनून राहू लागली.

कद्रू म्हणाली, "माझे सर्व पुत्र एक दिवस मृत्युमुखी पडणार आहेत. त्यांना पुन्हा जीवित केलं, तरच तुझी या गुलामगिरीतून मुक्तता होईल. पण तसं होईपर्यंत तुला माझी गुलाम म्हणून राहावं लागेल."

अशी कित्येक वर्षं गेली, पण अजूनही विनताची अंडी जशीच्या तशीच होती. कद्रूची गुलामगिरी करून ती अगदी निराश झाली होती. एक दिवस तिचा संयम सुटला. तिनं धीर करून त्यातलं एक अंडं बोटांनी अलगद दाबून ते फोडलं. त्यानंतर एक धक्कादायक गोष्ट घडली. त्या अंड्यातून एक देखणा मुलगा बाहेर आला. पण त्याच्या पायांची अजिबात वाढ झालेली नव्हती.

"आई!" तो मुलगा विषादानं म्हणाला, "या अंड्याचा भंग करण्याची एवढी घाई तू का केलीस? चांगल्या गोष्टीसाठी नेहमी धीर धरावा लागतो. तुझ्या या उतावीळपणाची केवढी मोठी किंमत मला मोजावी लागत आहे. मला तर पायच नाहीत. आता मी ते अमृत तुला कसं आणून देऊ?"

विनता दुःखावेगानं रडत म्हणाली, "बाळा, माझ्या हातून घडलेल्या चुकीची शिक्षा तुला भोगावी लागते आहे. मला क्षमा कर. पण तू कुठे निघालास? तू असा कुठेही जाऊ नको. तुझी काळजी कोण घेणार? मी इथे तुझी काळजी घेईन."

"नाही, आई. मला आता निघायला हवं. मी आता सूर्यदेवाच्या रथाचा सारथी होईन. मी त्याचा सात घोड्यांचा रथ सांभाळीन आणि पहाटेपासून संध्याकाळपर्यंत त्याचं सारथ्य करीन. हे काम माझ्यासाठी योग्य ठरेल, कारण सारथ्य करताना पायांचा वापर करावा लागत नाही."

"बाळा, तू मला परत कधी भेटशील?" विनता काकुळतीला येऊन म्हणाली. आपलं बाळ लगेचच आपल्यापासून दूर जाणार, या कल्पनेनं ती व्याकूळ झाली होती.

"आई, अगं तू तर मला रोजच सकाळी पाहू शकशील. लोक मला अरुण म्हणून ओळखतील. मी रोज सूर्यदेवांच्या बरोबरच तर असेन. पण आता पुढच्या वेळी मात्र अशी अधिरता दाखवू नकोस. संयमानं वाग. जेवढी प्रतीक्षा करावी लागेल, तेवढी कर. तुला दुसरा मुलगा होईल. तोच तुझी या गुलामगिरीतून मुक्तता करेल."

त्यानंतर अरुण आपल्या मातेला तिथेच सोडून स्वतःचं नशीब आजमवण्यासाठी निघाला आणि सूर्याचा सारथी बनला. त्यामुळेच सूर्योदयाला अरुणोदय असंही म्हणतात. अरुणोदय याचा अर्थ अरुणाचं आगमन.

या घटनेनंतर दुसऱ्या अंड्याची विनतानं डोळ्यांत तेल घालून काळजी घेतली. आधी तिच्या हातून जी महाभयंकर चूक झाली होती, त्यामुळे पुढचं अंडं घाईनं भंग करण्याची तिची इच्छा नव्हती. तिचं मन अपराधी भावनेनं भरून गेलं होतं. त्यानंतरही अनेक महिने आणि वर्षं लोटली.

अखेर एक दिवस ते अंडं फुटून त्यातून एक मानव बाहेर आला. त्याचा चेहरा पक्ष्याचा होता आणि त्याला बळकट असे पंख होते. "आई, मी आलो!" तो म्हणाला. "तू धीरानं माझ्या येण्याची प्रतीक्षा केलीस, मोठा संयम दाखवलास, त्यामुळे माझी व्यवस्थित वाढ झाली. माझ्या पंखांमध्ये बळ आलं. आता मी कुठेही भरारी घेऊ शकतो. मी बलाढ्य असा गरुड आहे. मी भगवान विष्णू व त्यांची पत्नी लक्ष्मीदेवी यांचं प्रमुख वाहन बनणार आहे. मी तुझी या गुलामगिरीतून मुक्तता करीन, असं मी तुला आश्वासन देतो."

एवढं बोलून त्यानं आपले पंख पसरून आकाशात उंच भरारी घेतली. त्याची आई जमिनीवरून त्याच्याकडे अभिमानाने पाहत राहिली. त्याचं ते बलशाली रूप पाहून तिला अतिशय आनंद झाला होता. त्यानं दिलेलं वचन ऐकून तिची चिंता मिटली होती.

तिनं तिच्या मुक्ततेसाठी फार काळ वाट पाहिली होती.

सर्पाची दुभंगलेली जीभ

गरुड जन्मतःच अत्यंत बुद्धिमान व बलशाली होता. तो विनतेचा मुलगा असल्यानं सर्व जण त्याला वैनतेय म्हणूनही ओळखत. आपण जर कद्रूला अमरत्व प्राप्त करून देणारं अमृत दिलं, तरच तिच्या गुलामगिरीतून आपल्या मातेची सुटका होईल, हे त्याला माहीत होतं. पण हा अमृतकुंभ इंद्राच्या ताब्यात असल्यामुळे तो इंद्राकडे गेला. त्यानं इंद्राकडे त्या अमृतकुंभाची मागणी केली.

पण इंद्रानं त्यास नकार दिला. तो अमृतकुंभ प्राप्त करण्यासाठी संपूर्ण जगानं फार मोठी किंमत मोजलेली असल्यामुळे, इंद्र तो असा सहजासहजी गरुडाच्या स्वाधीन करणं शक्य नव्हतं.

मग त्यासाठी इंद्राशी लढाई करण्यावाचून गरुडाकडे दुसरा पर्यायच नव्हता.

इंद्रानं गरुडाचे पंख छाटण्यासाठी वज्रायुध या अस्त्राचा वापर केला, पण त्या अस्त्रानं गरुडाच्या फक्त एका पंखाची थोडीशी पिसं छाटली. पण त्यामुळे गरुडाला काहीच झालं नाही. आपण गरुडाचा कधीच पराभव करू शकणार नाही, हे इंद्राला कळून चुकलं. मग अमृतकुंभ घेऊन त्यानं भगवान विष्णूंकडे धाव घेतली. आता त्या अमृतकुंभाचं रक्षण करण्याची जबाबदारी भगवान विष्णूंनी स्वतःकडे घेतली व इंद्राला परत पाठवलं.

इंद्र तेथून निघाला आणि लगेच गरुड विष्णूंकडे जाऊन पोहोचला. त्यानं भगवान विष्णूंपाशी त्या अमृतकुंभाची मागणी केली. पण भगवान विष्णूंनी ती मान्य केली नाही. मग गरुडानं त्यांच्यावर हल्ला चढवला. हा अमृतकुंभ जर आपण गरुडाच्या ताब्यात दिला, तर त्याला त्याच्या आईची मुक्तता करता येईल, हे भगवान विष्णूंना माहीत होतं; परंतु त्यांनी संपूर्ण मानवजातीच्या कल्याणाचा विचार करून तो अमृतकुंभ गरुडाला मिळू द्यायचा नाही, असं ठरवलं. 'जर समजा तो अमृतकुंभ कद्रूच्या हाती पडला, तर ती तिच्या मर्जीप्रमाणे कुणालाही देईल आणि

त्या घटनेचे फार दूरगामी परिणाम होतील. कदाचित संपूर्ण मानव जातीचं अस्तित्वच त्यामुळे धोक्यात येऊ शकेल,' असा विचार त्यांनी केला.

तो दिवस मावळला. गरुड आणि विष्णू हे दोघंही थकले होते, पण त्यांच्यापैकी कुणीच दुसऱ्यावर मात करू शकलं नव्हतं.

गरुडाचं त्याच्या आईवर असलेलं नितांत प्रेम, त्याची निष्ठा आणि साहस पाहून भगवान विष्णू प्रसन्न झाले. ते म्हणाले, "तू वयानं इतका लहान आहेस. तू या क्षणी माझा प्रतिस्पर्धी म्हणून उभा आहेस, पण तुझं सामर्थ्य आणि तुझी ताकद, चिकाटी पाहून मला तुझं फार कौतुक वाटतं. मी तुला एक वरदान देईन. पण अमृत सोडून तू इतर कोणत्याही गोष्टीची इच्छा कर; मी ती पूर्ण करीन."

भगवान विष्णूंचे शब्द ऐकून आनंदित झालेला गरुड त्यांच्यासमोर नतमस्तक होऊन म्हणाला, "तुमच्यासमोर प्रतिस्पर्धी म्हणून उभा राहून एक तुल्यबळ म्हणून तुमच्याशी लढण्याची संधी मला मिळाली, हे माझं भाग्यच आहे. मी स्वतः काही थोर, महान वगैरे नाही. तरीसुद्धा मीही तुम्हाला एक वरदान देऊ इच्छितो. तुम्हाला काय हवं, ते तुम्ही मला सांगा."

त्याचे शब्द ऐकून विष्णूंच्या चेहऱ्यावर स्मितहास्य उमललं. ते म्हणाले, "मी तुझ्यापेक्षा मोठा आहे, त्यामुळे मी माझी इच्छा आधी व्यक्त करतो. तू माझा भक्त हो आणि माझं वाहन होऊन माझी सेवा कर. तुझ्याविषयीचा आदर व्यक्त करण्यासाठी आजपासून मी स्वतःला गरुडवाहन असं म्हणवून घेईन." गरुडाला आपलं वाहन बनवल्यानंतर भगवान विष्णूंची त्याच्यावर सतत नजर राहू शकणार होती.

गरुडानं स्मितहास्य करत होकार दिला, "हे भगवान, आयुष्यभर तुमचं वाहन बनून सतत तुमच्या सान्निध्यात राहण्याची संधी मला मिळणार आहे, हे माझं फार मोठं भाग्य आहे." गरुड म्हणाला. "पण आता मीही तुमच्याकडे काहीतरी मागणार आहे. माझं स्थान नेहमी तुमच्या वर असलं पाहिजे."

"अर्थात तसंच होईल." श्रीविष्णू म्हणाले. "माझ्या आगमनाची सूचना देणारा ध्वज माझ्या मस्तकाच्या वर, उंचावर फडकत असतो. आजपासून त्या ध्वजावर तुझी प्रतिमा असेल. म्हणजेच तुझी ही अट मी पूर्ण करत आहे. आजपासून सर्व जण माझ्या ध्वजाला गरुडध्वज म्हणूनच ओळखतील."

अशा रीतीनं त्या दोघांमधील लढाई संपुष्टात आली.

एकदा गरुडाशी समेट झाल्यानंतर विष्णूंनी त्याला विश्वासात घेऊन कद्रूच्या हाती अमृताचा कुंभ पडल्यास त्याचे किती महाभयंकर परिणाम होऊ शकतात, हे विशद करून सांगितलं.

"भगवान, पण मला फक्त त्या कद्रूच्या कचाट्यातून माझ्या मातेची सुटका करायची आहे, इतकंच. मग त्यासाठी मी काय करू, हे मला तुम्हीच सांगा."

"ठीक आहे, मग तू हा अमृतकुंभ इथून घेऊन जा, तो कद्रूच्या हवाली कर आणि तुझ्या मातेची सुटका कर. परंतु त्यानंतर मी जे काही करेन, त्याबद्दल तू मला काहीही प्रश्न विचारायचे नाहीत." श्रीविष्णू ठामपणे म्हणाले.

मग गरुड तो अमृतकुंभ घेऊन कद्रूकडे गेला. कद्रू म्हणाली, "तू माझी इच्छा पूर्ण केलीस. मी समाधानी आहे. मी तुझ्या मातेची मुक्तता करत आहे. तू तिला घेऊन जाऊ शकतोस."

आपल्या आईची अशा रीतीनं सुटका केल्यानंतर गरुड परत गगनभरारी घेऊन भगवान विष्णूंकडे परत गेला.

इकडे श्रीविष्णूंनी तो अमृतकुंभ परत मिळवण्याची योजना आखली होती.

त्यानुसार इंद्र वेशांतर करून कद्रूपाशी गेला. तो अमृताचा कुंभ किती अनमोल आहे याची कद्रूला कल्पना असल्यामुळे ती तो स्वतःपाशी घट्ट धरून बसली होती.

"अशा प्रकारे अमरत्वाची भेट मिळणं खरोखर किती भाग्याचं आहे!" इंद्र तिला म्हणाला. "परंतु ही इतकी महान, पवित्र गोष्ट तुम्ही तुमच्या मुलांना देणार आहात, तर त्यांनाही स्वतःचं शरीर त्यासाठी तेवढंच शुद्ध आणि पवित्र बनवणं, ही त्यांचीसुद्धा जबाबदारी नाही का?"

त्या अमृताची प्राप्ती झाल्यामुळे कद्रू अगदी हरखून गेली होती. तिनं आपल्या मुलांना बोलावून घेतलं. ती म्हणाली, "सर्वांनी माझ्यासोबत नदीवर स्नानासाठी चला." मग ती त्यांना घेऊन नदीकडे गेली.

या संधीचा फायदा घेऊन तो अमृताचा कुंभ उचलून इंद्र परत देवलोकी निघाला, पण त्या गडबडीत त्यातील अमृताचे काही थेंब कद्रूच्या घराबाहेर पडलेल्या गवताच्या ढिगावर सांडले.

कद्रूच्या मुलांपैकी काही सर्प घाईघाईनं स्नान आटपून अमृतप्राशनासाठी घराकडे परतले. पाहतात तर काय, तो अमृतकुंभ तिथे नव्हता. पण त्यांना त्या गवताच्या ढिगावर काही अमृताचे थेंब पडलेले दिसले. आपले इतर भाऊ परत येण्यापूर्वी त्यांनी ते घाईघाईने आपल्या जिभेने चाटून घेतले. पण ते गवत वाळलेलं असल्यामुळे ती तृणपाती धारदार होती. ते सर्प अमृताचे थेंब चाटत असताना त्यांची जीभ मधोमध कापली गेली. तिचे दोन भाग झाले.

अशा ज्या सर्पांना अमृताचे थेंब चाटायला मिळाले होते, तेवढेच सर्प वाचले. त्यामुळे आजच्या जगात आपल्याला जे सर्प पाहायला मिळतात, त्यांची जीभ दुभंगलेली असते.

प्रामाणिक भामटा

एक दिवस भगवान शंकरांची भेट घेण्यासाठी इंद्र कैलास पर्वतावर गेला; परंतु तेथे शंकरांऐवजी दुसरंच कुणीतरी त्याला दिसलं. ती व्यक्ती ध्यानमग्न अवस्थेत बसलेली होती. शंकर महादेवाच्या गणांपैकीच तो कुणीतरी एक असावा अशा समजुतीने इंद्र त्याला मोठ्या आवाजात म्हणाला, ''मला तुझ्या धन्यांना भेटायचंय. कुठे आहेत ते?''

पण त्या माणसानं काहीच उत्तर दिलं नाही.

इंद्रानं त्याला परतपरत तोच प्रश्न विचारला. पण तो माणूस काहीही उत्तर न देता तसाच बसून होता. ''मी एवढा देवांचा राजा,'' इंद्र स्वतःशी म्हणाला, ''आणि हा खुशाल माझ्याकडे दुर्लक्ष करतो! याची एवढी हिंमत झाली तरी कशी?'' मग त्यानं रागाच्या भरात आपलं वज्रायुध उचलून त्याच्या दिशेनं सोडलं.

अखेर त्या माणसाचं ध्यान भंग पावलं. त्यानं डोळे उघडून इंद्राकडे रागानं पाहून त्याच्या रोखानं एक बाण सोडला. त्याच वेळी एकीकडे त्यानं भगवान शंकरांचं रूपही धारण केलं होतं. स्वतः भगवान शंकरच एक वेगळंच रूप धारण करून तिथे ध्यानमग्न अवस्थेत बसले होते, हे समजताच इंद्राची पाचावर धारण बसली. त्यानं भगवान शंकरांचे पाय पकडले.

भगवान शंकरांनी तो बाण इंद्राच्या मस्तकाचा वेध घेण्याआधीच समुद्राकडे वळवला. तो बाण समुद्राच्या पाण्यात पडला. पाण्याचा स्पर्श होताच त्या बाणाचं रूपांतर एका तान्ह्या बाळात झालं. तो बाळ रडू लागला. समुद्राच्या राजानं त्या बाळाचं रडणं ऐकलं आणि त्याला आपला पुत्र म्हणून दत्तक घेण्याचं ठरवलं. मग त्या बाळासाठी समर्पक नाव सुचवण्याची विनंती त्यानं ब्रह्मदेवाला केली.

''त्याचं जलंधर असं नामकरण कर, कारण तो पाण्यातून आला आहे.'' ब्रह्मदेव म्हणाला. ''याचा जन्म भगवान शंकरांच्या बाणापासून झालेला असल्यानं

साक्षात भगवान शंकरांशिवाय दुसरं कुणीही त्याचा विनाश करू शकणार नाही, असा मी त्याला वर देतो.''

हा जलंधर बघताबघता लहानाचा मोठा झाला. तो एक सदाचरणी, सत्शील तरुण होता. समुद्रानं त्याला राजा बनवून त्याचा राज्याभिषेक केला. तो एक उत्कृष्ट शासनकर्ता होता. त्याचा वृंदा नावाच्या सुंदर तरुणीशी विवाह संपन्न झाला.

एक दिवस काही वृद्ध असुर जलंधराला भेटण्यासाठी आले. त्यांनी त्याला समुद्रमंथनाची हकिगत सांगितली. भगवान विष्णूंनी मोहिनी नावाच्या सुंदर स्त्रीचं रूप धारण करून असुरांना फसवून त्यांच्याकडून अमृत कसं हस्तगत केलं, हे त्यांनी त्याला सांगितलं. ते ऐकून जलंधर संतप्त झाला. आता आपण देवांचा सूड घ्यायचा, अशी प्रतिज्ञा त्यानं केली.

त्याची पत्नी वृंदा ही भगवान विष्णूंची भक्त होती. आपल्या पतीनं देवांच्या विरोधात युद्ध पुकारू नये, अशी त्याची खूप विनवणी तिनं केली, पण त्यानं तिच्याकडे दुर्लक्ष केलं. आता तिच्या हातात काहीच उरलं नव्हतं. मग आपल्या पतीनं सुरक्षित घरी परतावं, म्हणून तिनं भगवान विष्णूंची आराधना केली.

जलंधर आणि इंद्र या दोघांमध्ये घनघोर युद्ध झालं. लढतालढता इंद्र जलंधराच्या मस्तकावर जोरात प्रहर करण्याच्या बेतात होता. इतक्यात श्रीविष्णूंचं सुदर्शन चक्र गरगरत तिथे आलं आणि जलंधराला काहीही इजा झाली नाही. ते पाहताच इंद्राला तेथून पलायन करावं लागलं.

यामुळे जलंधराला दोन गोष्टींची जाणीव झाली, एक तर ताकदीच्या बाबतीत त्याच्याशी तुल्यबळ योद्धा कुणीच नव्हता आणि दुसरं म्हणजे वृंदाची भक्ती त्याचं सदा सर्वकाळ संरक्षण करण्यास समर्थ होती. त्यामुळे जलंधरानं एका मागोमाग एक राज्यं बळकवण्यास सुरुवात केली आणि तो स्वतःच्या राज्याचा विस्तार वाढवण्याच्या मागे लागला.

सातत्यानं मिळणारं हे यश त्याच्या डोक्यात गेलं. एक दिवस साक्षात श्रीविष्णूंशीच लढाई करण्याचा निर्णय त्यानं घेतला.

जलंधराची पत्नी वृंदा विष्णुभक्त असल्यामुळे श्रीविष्णूंची त्याच्याशी युद्ध करण्याची मुळीच इच्छा नव्हती. त्यामुळे त्यांनी त्याच्याशी शक्तीपेक्षा युक्तीनं वागायचं ठरवलं. ते जलंधराला म्हणाले, ''हे बघ, तुझ्याशी युद्ध करणं हे काही मला अशक्य नाही; पण तू समुद्रातून जन्माला आला आहेस. तशीच माझी पत्नी लक्ष्मी हीसुद्धा समुद्रातून जन्माला आलेली आहे. म्हणजे एक प्रकारे तुम्ही दोघं बहीण-भावंडं आहात. आपल्या पत्नीच्या भावाशी लढण्यात मला जराही स्वारस्य नाही.''

त्यांचे हे शब्द ऐकून जलंधर अवाक झाला. भगवान विष्णू हे आपले मेहुणे

आहेत, हा विचार त्यानं कधीच केला नव्हता. तो म्हणाला, ''तुम्ही आणि माझी बहीण सदा सुखी राहा.''

एकदा हे घडल्यावर जलंधरानं भगवान शंकरांवर चढाई करण्याचं ठरवलं. आपला जन्म कुणामुळे झाला आहे आणि आपल्या जन्मानंतर आपल्याला कुणी व काय वरदान दिलं आहे, याचा जलंधराला विसर पडला होता.

वृंदानं आपल्या पतीला थोपविण्याचा प्रयत्न केला. ''हे पाहा, हे असलं काहीही करू नका. भगवान शंकरांसमोर तुमचा काहीही निभाव लागणार नाही.'' ती म्हणाली.

परंतु नेहमीप्रमाणेच तिचं काहीही न ऐकता जलंधरानं कैलास पर्वताची वाट धरली.

आता या वेळी कदाचित आपला पती घरी परतसुद्धा येणार नाही, अशी धाकधूक वृंदाला वाटत होती. मग तिनं अगदी मनापासून परत एकदा श्रीविष्णूंची करुणा भाकली.

इकडे जलंधर भगवान शंकरांच्या निवासस्थानी जाऊन गर्जना करत म्हणाला, ''हा कैलास पर्वत आता माझ्या मालकीचा आहे. पण तुम्ही जर आत्ता मला शरण आलात, तर मी तुम्हाला अभय देऊन इतरत्र कुठेतरी जाऊन राहण्याची संधी देईन.''

भगवान शंकर जरा विचारात पडले. तसं पाहिलं तर हा जलंधर त्यांचा स्वतःचाच पुत्र होता. त्यामुळे त्याचा शिरच्छेद करण्यास त्यांचं मन धजत नव्हतं. शिवाय जलंधरावर विष्णूंचं संरक्षक कवचसुद्धा होतं; परंतु हा जलंधर आता कृष्णकृत्यं करू लागला होता. त्याचीही भगवान शंकरांना पूर्ण कल्पना होती.

ही बातमी अखेर श्रीविष्णूंपर्यंत जाऊन पोहोचली. त्यांनी मनाशी विचार केला, ''मी आता या जलंधराचं सदासर्वकाळ रक्षण करू शकत नाही. त्याची पत्नी वृंदा ही स्वतः सत्शील आचरणाची प्रतिमूर्ती आहे. जलंधराच्या या सततच्या विजयांमागेसुद्धा तिचीच प्रेरणा आहे. तो सदोदित उत्तम स्थितीत राहत आहे, हेसुद्धा त्या वृंदामुळेच. मग आता जर देवांना त्याच्यावर मात करायची असेल, तर त्यांच्यापुढे या वृंदाची फसवणूक करण्याशिवाय दुसरा काहीही पर्याय नाही.''

त्यामुळे विष्णूंनी स्वतःच जलंधराचं रूप घेतलं आणि ते वृंदाला भेटण्यासाठी राजवाड्याकडे गेले. ते वृंदाला म्हणाले, ''प्रिय पत्नी, या युद्धात मला विजय मिळालेला आहे. तेव्हा आता तुला श्रीविष्णूंची आराधना करण्याची काहीही गरज नाही. त्याऐवजी तू मोठा उत्सव साजरा करण्याची तयारी सुरू कर.''

आपल्या पतीला पाहून त्यानं मिळवलेल्या विजयाची हकिगत ऐकून वृंदा हर्षभरीत झाली. श्रीविष्णूंची आराधना थांबवून ती आता विजयोत्सव साजरा करण्याच्या तयारीला लागली.

ते पाहून श्रीविष्णूंनी सुटकेचा निःश्वास सोडला. मग त्यांनी आपल्या त्रिशूळाचा वापर करून जलंधराचा वध केला.

भगवान विष्णूंनी मुद्दाम आपली फसवणूक केल्याचं लक्षात येताच वृंदा संतप्त झाली. "तुम्ही तुमच्या स्वतःच्या भक्ताची फसवणूक कशी काय करू शकता?" ती रुदन करत म्हणाली. "तुमचं हे वर्तन अतिशय निंद्य, निर्दयी आहे. तुमचं हृदय बहुधा पाषाणाचंच बनलेलं असावं. मग आता तुमचंसुद्धा रूपांतर एका पाषाणातच होऊ दे!"

त्यावर विष्णू स्मितहास्य करून वृंदाला म्हणाले, "वृंदा, हे बघ, जर सर्व मानव जातीच्या कल्याणासाठी कुणी अशा प्रकारे दुसऱ्याची फसवणूक केली असेल, तर त्यात गैर काहीच नाही. माझ्यासमोर दुसरा काहीच पर्याय नव्हता. तू अत्यंत सत्चरित्र, सदाचरणी होतीस; परंतु तुझा पती काही तसा नव्हता. त्यानं अनेक ऋषीमुनींची, विद्वत्जनांची आणि त्याच्या स्वतःच्या प्रजेचीसुद्धा छळवणूक आरंभली होती. तरीसुद्धा मी तुझ्या या शापाचा आदरपूर्वक स्वीकार करतो. बेटा, मी गंडकी नदीच्या काठी एका शिवलिंगाच्या स्वरूपात राहीन. जर कुण्या भक्ताला माझी उपासना करायची असेल, तर त्यानं नदीच्या पात्रातील एक शाळिग्राम उचलून माझी प्रार्थना करावी. ती माझ्यापर्यंत पोहोचेल. जे काही घडलं ते घडलं, पण तरीही तुझ्या माझ्यावरील भक्तीमुळे मी प्रसन्न झालो आहे. तुझ्या पुढील जन्मात तू तुळशीचं रोप होशील. माझ्या भक्तांनी मला तुलसीपत्रे अर्पण केल्याशिवाय त्यांची पूजा पूर्ण होणार नाही. एवढंच नाही, तर लोक माझ्याआधी तुझी पूजा करतील. लोक तुला पवित्र मानून त्यांच्या घरासमोरील अंगणात तुळशीचं रोप लावून त्याची पूजा करतील. तुझ्यामुळे त्यांच्या घरात समृद्धी येऊन त्यांची भरभराट होईल.

त्यामुळेच आज भारतातील कित्येक घरांसमोर तुळशीवृंदावन पाहायला मिळतं.

मृत्यूचा पर्याय

मधू आणि कैटभ नावाच्या दोन असुरांनी एकदा अमरत्व प्राप्त करण्याच्या इच्छेनं पार्वती देवीची उपासना सुरू केली; परंतु इतर देवदेवतांप्रमाणेच पार्वती देवीनं त्यांची ही इच्छा पूर्ण करण्यास नकार दिला; परंतु त्यांच्याविषयी दया वाटून ती म्हणाली, "मी तुम्हाला अजून एक संधी देते. तुम्ही नीट विचार करून योग्य वर मागा."

दोन्ही भावांनी एकमेकांकडे पाहिलं. "तसं जर असेल, तर आम्हाला पाहिजे तेव्हा आम्हाला मृत्यू यावा. आमच्या मृत्यूची वेळ आम्ही आमच्या इच्छेनं निश्चित करू, असं वरदान आम्हाला पाहिजे." ते दोघं अक्कलहुशारीनं म्हणाले. आपण कधीच मृत्यूची इच्छा स्वतःहून करायची नाही, असं त्यांचं मनोमन ठरलंच होतं.

पार्वती स्मितहास्य करून म्हणाली, "तथास्तु!"

सर्वशक्तिमान झालेले असुर नेहमीच दुष्ट व निर्दयी बनतात; तसेच हे दोघंही बनले. त्यांची वागणूक सर्वांना असह्य वाटू लागली. ते त्यांना हवी ती गोष्ट, हवा तो प्रदेश बळकावू लागले. त्यांच्या वाटेत येणाऱ्या प्रत्येकाला ते ठार करू लागले.

एक दिवस ते विश्वाचा निर्माता असलेल्या ब्रह्मदेवांना भेटायला गेले. ब्रह्मदेव उच्चासनावर आपल्या कमळात बसून आपलं निर्मितीचं काम करण्यात मग्न होते.

ब्रह्मदेवांना असं उच्चस्थानी बसलेलं पाहून या दोघा असुर बंधूंना राग आला. "ए म्हाताऱ्या, तू आधी खाली ये!" ते ओरडून म्हणाले. "फक्त आमच्यासारख्या शक्तिमानांनाच असं उच्चस्थानी बसण्याचा अधिकार आहे. तुला जर असं उच्च स्थानावर बसायचं असेल, तर आधी खाली येऊन आमच्याशी दोन हात कर. आम्ही तुझ्याशी लढायला तयार आहोत."

आपण या दोन बलाढ्य असुरांशी कधीच मुकाबला करू शकणार नाही, याची ब्रह्मदेवांना कल्पना असल्यामुळे त्यांनी तेथून पळ काढला.

आपण साक्षात विश्वकर्म्यालाच अपमानित करून हाकलून लावलं, या कल्पनेनं ते असुर स्वतःवर खूश झाले.

ब्रह्मदेव एकदाही मागे वळून न बघता तेथून जे निघाले, ते थेट श्रीविष्णूंपाशी जाऊन पोहोचले. ते म्हणाले, "हे भगवान, हे दोन असुर माझ्यासारख्याला जर हे असं सळो की पळो करून सोडत असतील, तर मग ते इतर सामान्य जनांशी कसं वागत असतील, याची कल्पनाच न केलेली बरी. तुम्ही त्या असुरांचं तत्काळ निर्दालन करा."

या परिस्थितीची कशी हाताळणी करावी, असा विचार विष्णू करत असतानाच मधू आणि कैटभ हे असुर भगवान विष्णूंना शोधत वैकुंठाला जाऊन पोहोचले. ते म्हणाले, "भगवान विष्णू, आमच्या तुलनेत तुम्ही स्वतः इतके दुर्बल आणि कमजोर आहात, तर मग तुम्ही इतरांचं संरक्षण कसं काय करणार?"

त्यानंतर श्रीविष्णू त्यावर काय उत्तर देतात ते ऐकून घेण्यासाठी न थांबता ते दोघे असुर आजूबाजूच्या परिसराकडे न्याहाळून बघू लागले. त्यांना तो परिसर फारच आवडला. मग ते विष्णूंना म्हणाले, "तुमचं हे निवासस्थान तुम्ही आम्हाला का नाही देत? खरं तर इथे राहायची आमचीच जास्त योग्यता आहे. तुम्ही या आणि आमचा पराभव करून दाखवा. आम्ही तुम्हाला तशी एक संधी द्यायला तयार आहोत."

"ठीक आहे," श्रीविष्णू म्हणाले, "आपलं युद्ध होऊन जाऊ दे."

एकीकडे त्यांच्यात घनघोर युद्ध सुरू असतानाच श्रीविष्णूंनी मनोमन पार्वतीदेवीची आळवणी सुरू केली. 'हे देवी, या असुरांना ही असामान्य शक्ती तुम्हीच बहाल केली आहेत. तेव्हा त्यांच्या हातून घडणाऱ्या प्रत्येक कृत्याची जबाबदारीसुद्धा तुमच्यावरच येऊन पडते. त्यामुळे तुम्ही मला मदत करा.'

पार्वतीदेवी म्हणाली, 'भगवान विष्णू, तुम्ही कसलीही चिंता करू नका. मी स्वतःच त्या असुरांच्या मनात प्रवेश करते आणि मग त्यांना तुम्ही क्लृप्ती वापरून हरवू शकाल.'

मग जरा वेळ युद्ध तसंच सुरू राहिलं. थोड्या वेळानं ते दोन्ही असुर थकले व श्रीविष्णूंना म्हणाले, "तुमची जरा वेळ विश्रांती घेण्याची इच्छा आहे का? तसं असेल, तर आपण थोडा वेळ थांबून पुन्हा लढायला सुरुवात करू."

श्रीविष्णू म्हणाले, "हो, हो. आपण सर्वांनीच विश्रांती घेतली पाहिजे. आपण सर्व जण योद्धे आहोत. आपण परस्परांबद्दल आदर दाखवलाच पाहिजे."

मग सर्व जण विश्रांती घेऊ लागले. ते दोन्ही असुर श्रीविष्णूंची कीव करत म्हणाले, "ब्रह्मदेवांमुळे तुम्ही हकनाक आमच्याशी युद्ध सुरू केलंत. खरं तर आमचं तुमच्याशी काहीच वैमनस्य नाही. तुम्ही आमचे तुल्यबळ प्रतिस्पर्धी आहात, हे पाहून खरं तर आम्हाला आनंदच झालेला आहे. त्यामुळे आम्ही तुम्हाला एक वरदान

देऊ इच्छितो. बोला, तुमची काय इच्छा आहे?''

आपलं हे बोलणं ऐकल्यावर श्रीविष्णू तातडीनं समेट करण्याची इच्छा व्यक्त करतील, अशी त्या दोन्ही असुरांची पक्की खात्री होती.

हे असुर एकदम असे बोलू लागले हे पाहून भगवान विष्णूंना तत्काळ कळून चुकलं, की ही सर्व पार्वती देवींचीच करणी आहे. आता यावर आपण काय केलं पाहिजे, हे त्यांना माहीतच होतं. ''तुम्ही दोघं, फार मोठे शूर योद्धे आहात. तुम्ही मला एक वरदान देऊ केलं आहे, याबद्दल मी तुमचा ऋणी आहे. मी तुमच्याकडे असं वरदान मागतो, की तुम्हा दोघांचा विनाश माझ्या हातून होऊ दे.''

एकदा हे ठरल्यावर पार्वतीदेवी त्या दोघा असुरांच्या मनातून निघून गेली. मधू आणि कैटभ या दोघांनाही आपली चूक कळली होती. पण आता फार उशीर झाला होता. एका वीरानं आपलं वचन पाळणं किती महत्त्वाचं असतं, हे त्या दोघा असुरांना माहीत असल्यामुळे ते मरण पत्करण्यासाठी तयार झाले.

श्रीविष्णूंचा विजय झाला खरा, पण तो त्या असुरांची अशा प्रकारे फसवणूक करून झाला होता. त्यामुळे त्यांना वाईट वाटू लागलं. मग ते त्या असुरांना म्हणाले, ''तुम्ही माझ्याकडे फक्त जीवनदान मागू नका; पण बाकी काहीही मागा. मी तुमची कोणतीही इच्छा पूर्ण करीन.''

त्यावर ते म्हणाले, ''हे भगवान, आम्हा दोघांच्या मृत्यूनंतर आमच्यापैकी प्रत्येकाच्या नावानं एक एक मंदिर उभारण्यात यावं, अशी आमची इच्छा आहे. आम्ही पार्वतीदेवींचे भक्त असल्यामुळे प्रत्येक मंदिरात एक एक ईश्वरलिंग असावं, असंही आम्हाला वाटतं.''

भगवान विष्णूंनी त्यांना 'तथास्तु' म्हटलं व त्यानंतर आपल्या सुदर्शनचक्रानं त्यांचा शिरच्छेद केला.

त्यानंतर ज्या ठिकाणी श्रीविष्णूंनी त्या दोन्ही असुरांचा वध केला, त्या ठिकाणावर मधुकेश्वर मंदिर उभारण्यात आलं. त्याचप्रमाणे जवळच वरदा नदीच्या काठी कैटभेश्वर मंदिरही उभाण्यात आलं. दोन्ही मंदिरांमध्ये लिंगाची स्थापना करण्यात आली.

आजही कर्नाटक राज्यात ही दोन्ही मंदिरं आहेत. ती एकमेकांपासून सुमारे २० किलोमीटर अंतरावर आहेत. त्यांतील एक मंदिर बनवासी येथे, तर दुसरं कोटीपूर येथे आहे.

वानर की अस्वल?

खूप खूप वर्षांपूर्वी एक अंबरीश नावाचा राजा राहत होता. त्याला एक सुंदर मुलगी होती, राजकन्या श्रीमती. ती स्वभावानं पण खूप चांगली होती. राजा तिच्यासाठी सुयोग्य वराच्या शोधात होता.

नारदमुनी हे ब्रह्मदेवाचे पुत्र. त्यांनी ब्रह्मचर्याची शपथ घेतली होती. आपण विवाह करावा, हा विचारही कधी त्यांच्या मनाला शिवलेला नव्हता. ते हातात तंबोरा घेऊन विष्णुस्तवनं गात सर्वत्र भ्रमंती करत असत.

एक दिवस नारदमुनी आपल्या एका तरुण मित्राला घेऊन अंबरीश राजाच्या भेटीसाठी गेले. हा मित्र म्हणजेच पर्वतमुनी. राजानं आपल्या कुटुंबीयांना बोलावून या दोघा मुनिवरांचं उत्तम आदरातिथ्य करण्यास त्यांना सांगितलं.

त्या दोन्ही अतिथींसाठी राजकन्या श्रीमती पाणी घेऊन आली. ज्या क्षणी नारदमुनी आणि पर्वतमुनींनी तिला पाहिलं, त्या क्षणी दोघंही तिच्या प्रेमात पडले.

पर्वतमुनी अंबरीशाला म्हणाले, ''महाराज, तुम्ही तुमच्या कन्येसाठी वरसंशोधन करत असाल ना?''

''होय, मुनिवर. जर तुमच्या पाहण्यात कुणी सुयोग्य वर असेल, तर मला जरूर सुचवा.'' राजा अंबरीश म्हणाला.

त्यावर पर्वतमुनी म्हणाले, ''तुम्हाला खरं सांगू का महाराज? मी तुमच्या मुलीला बघताक्षणी तिच्या प्रेमात पडलो आहे. मला तिच्याशी विवाह करायचा आहे.''

त्यांचे शब्द ऐकून अंबरीश राजाला धक्काच बसला. आपल्या मुलीचा विवाह एखाद्या ऋषीमुनीशी करून देण्याचा विचारसुद्धा त्याच्या मनात आला नव्हता. राजा काही बोलणार एवढ्यात नारदमुनी मध्येच म्हणाले, ''अंबरीशा, तुझ्या मुलीच्या प्रेमात तर मीही पडलो आहे. खरं तर मलासुद्धा तिच्याशीच विवाह करायचा आहे.''

हे ऐकून तर अंबरीशाच्या आश्चर्याला पारावारच राहिला नाही.

आपला मित्र नारदाचे हे शब्द ऐकून पर्वत मात्र संतप्त झाला. ''राज्यकन्येला लग्नाची मागणी प्रथम मी घातली, त्यामुळे तिच्याशी माझाच विवाह झाला पाहिजे. शिवाय आम्ही दोघं वयानं परस्परांना अनुरूप आहोत. त्यामुळे तिचा पती होण्यास मीच योग्य आहे.''

त्यावर नारद म्हणाले, ''वयाची गोष्ट जरी खरी असली, तरी जीवनानुभव आणि ज्ञान या दोन्ही बाबतींत मी तुझ्यापेक्षा कितीतरी पटींनी श्रेष्ठ आहे. सर्व जग माझा आदर करतं. मी साक्षात ब्रह्मदेवाचा पुत्र आहे. तेव्हा राजकन्या श्रीमतीसाठी सुयोग्य वर तर मीच आहे.''

असा त्या दोघांमधला वाद सुरूच राहिला. अखेर अंबरीश राजा हस्तक्षेप करून म्हणाला, ''हे पहा मुनिवर, श्रीमती ही माझी एकुलती एक कन्या आहे. तिच्या भविष्याचा विचार मलाच केला पाहिजे. मला वाटतं, आत्ता ही चर्चा आपण इथेच थांबवू. तुम्हा दोघांच्या प्रस्तावावर थोडा विचार करण्यासाठी आपण श्रीमतीला वेळ देऊ. उद्या मी तिचं स्वयंवर आयोजित करून तुम्हा दोघांनाही तिथे येण्याचं निमंत्रण देईन. तिथे ती तिला हव्या असलेल्याच्या गळ्यात वरमाला घालेल. दरम्यान मात्र तुमच्यापैकी कुणीही तिच्याशी संपर्क करू नका. तिचं मन वळवण्याचा प्रयत्न करू नका. तसं करणं अन्यायकारक होईल.''

राजा अंबरीशानं योजिलेला हा उपाय ऐकून दोघंही मुनी जरा शांत झाले. त्यांनी दुसऱ्या दिवशी स्वयंवराला उपस्थित राहण्याची, तसंच राजकन्येच्या मताचा आदर करण्याची तयारी दाखवली.

परंतु तिथून निघताना ते दोघंही मनातून असमाधानी होते. दोघांनाही असुरक्षित वाटत होतं.

नारदमुनी विचार करत होते, ''पर्वताचं म्हणणं खरंच आहे. तो माझ्यापेक्षा वयानं लहान आहे. शिवाय राज्यकन्येला प्रथम त्यानंच मागणी घातली होती. राजकन्या कदाचित त्याचाच स्वीकार करेल.''

इकडे पर्वताच्या मनात असं येत होतं, ''बहुतेक राजकन्या श्रीमती पती म्हणून नारदाचाच स्वीकार करेल. तो लोकप्रिय आहे. शिवाय तो साक्षात ब्रह्मदेवाचा पुत्र आहे. त्याचीच निवड होण्याची शक्यता जास्त आहे.''

पर्वताला त्या विचारानं फारच अस्वस्थ वाटू लागलं. मग काहीही झालं, तरी यात आपल्याच बाजूनं निकाल लागला पाहिजे, त्यासाठी आपण काहीतरी केलं पाहिजे, असा निर्णय त्यानं घेतला. तो रात्रीच्या वेळी श्रीविष्णूंकडे गेला.

त्याला पाहून श्रीविष्णू आश्चर्यचकित झाले. ''अरे, तू असा मध्यरात्री अवचितपणे इथे कसा काय आलास? काही अघटित तर घडलेलं नाही ना?'' ते म्हणाले.

"हे परमेश्वरा, मला काही झालं तरी श्रीमतीशीच विवाह करायचा आहे.'' तो हात जोडून म्हणाला.

"तसं असेल तर याविषयी थेट तिच्याशी जाऊन बोल ना. मी त्यात काय करू?'' भगवान विष्णू म्हणाले.

पर्वत मान खाली घालून म्हणाला, "परमेश्वरा, माझं म्हणणं ऐकून तरी घ्या. आत्ता या क्षणी मला तुमच्या मदतीची नितांत गरज आहे. म्हणून तर मी तुमच्याकडे धाव घेऊन आलो आहे. उद्या सकाळी राजा अंबरीशाच्या दरबारात त्याची राजकन्या श्रीमती हिचं स्वयंवर आहे. तुम्ही फक्त इतकंच करा, जेव्हा श्रीमतीची नजर नारदावर पडेल, तेव्हा तिला त्याच्या चेहऱ्याच्या जागी फक्त एका वानराचा चेहरा दिसेल, असं काहीतरी करा.''

भगवान विष्णूंना हसू फुटलं. प्रेम जिंकण्यासाठी माणूस कुठल्या पातळीला जाऊ शकतो, याची त्यांना फार गंमत वाटली. ते म्हणाले, "तथास्तु.''

इकडे नारदमुनीसुद्धा आपल्या शय्येवर तळमळत होते. त्यांना झोप लागत नव्हती. ते मनात विचार करत होते, "मी श्रीविष्णूंचा सर्वांत मोठा भक्त आहे. ते मला नक्कीच मदत करतील.''

काही तासांनी नारदसुद्धा श्रीविष्णूंसमोर उभे राहिले. श्रीविष्णूंना मुळीच आश्चर्य वाटलं नाही. नारदमुनींचं सहर्ष स्वागत करून ते म्हणाले, "माझ्या प्रिय भक्ता, तू असा अवेळी माझ्याकडे का बरं आला आहेस?''

"हे भगवान, उद्या श्रीमतीचं स्वयंवर आहे आणि पर्वत तिथे माझा प्रतिस्पर्धी म्हणून उभा ठाकणार आहे. तेव्हा त्यात माझाच विजय होईल, यासाठी मला तुमची मदत हवी आहे.''

"पण नारदा, स्वयंवर याचसाठी असतं, की स्त्रीला तिच्या निवडीचा पती मिळवण्याचं स्वातंत्र्य असावं. त्या वेळी तिच्यावर निवडीसाठी दुसऱ्या कुणी दबाव आणणं योग्य नव्हे. तिला जर तू पसंत पडलास, तर ती नक्कीच तुझ्या गळ्यात वरमाला घालेल.''

"पण परमेश्वरा, तिनं मलाच वरावं, अशी माझी इच्छा आहे. तुम्ही त्यासाठी मला मदत करा ना!'' नारदमुनी विनवण्या करत म्हणाले. "उद्या स्वयंवराच्या वेळी श्रीमतीची नजर जेव्हा पर्वतावर पडेल, तेव्हा तिला त्या जागी अस्वलाचा चेहरा दिसेल, असं काहीतरी तुम्ही करा ना.''

भगवान विष्णू स्मितहास्य करत म्हणाले, "तथास्तु!''

दुसऱ्या दिवशी सकाळी दोघेही मुनी अत्यंत आत्मविश्वासानं स्वयंवराच्या ठिकाणी निघाले.

राजा अंबरीशाचा राजवाडा फुलांनी सजवण्यात आला होता. मधोमध सर्वांचं

लक्ष जाईल अशा ठिकाणी वरमाला टांगण्यात आली होती. ती ज्याच्या गळ्यात पडेल, तोच श्रीमतीचा पती होणार होता.

दोघंही मुनी आपापल्या आसनावर जाऊन बसले. आज काही झालं, तरी आपलीच निवड होणार यात त्यांना काहीच शंका नव्हती.

ठरलेल्या घटिकेला राजा अंबरीश श्रीमतीला मांडवात घेऊन आला. हातात वरमाला घेऊन ती चालत होती. राजा तिला या दोघाही मुनींपाशी घेऊन आला.

त्यांच्या चेहऱ्याकडे लक्ष जाताच श्रीमती राजाच्या कानात कुजबुजली, ''ते कालचे मुनी कुठे गेले? इथे तर दोन विचित्र प्राणी बसलेले दिसत आहेत. एकाचा चेहरा वानराचा तर दुसऱ्याचा चेहरा अस्वलाचा आहे.''

राजा अंबरीशाला आपल्या मुलीच्या बोलण्याचा काही अर्थबोधच होईना. त्यानं परत एकदा त्या दोघा मुनींकडे निरखून पाहिलं, पण त्याला ते आधीसारखेच नीट दिसत होते. तो हळुवारपणे तिच्या कानात कुजबुजत म्हणाला, ''नाही गं. ज्या दोन मुनींनी तुला मागणी घातली होती, ते हेच तर आहेत. तू जरा जवळ जाऊन नीट पाहा बरं.''

श्रीमती त्या दोघांच्या जरा जवळ गेली. पण तरीही त्यांचे चेहरे पशूंचेच होते. मग ती त्यांना म्हणाली, ''तुम्ही दोघं नक्की आहात तरी कोण? तुम्ही... हो तुम्हीच... वानरासारखे दिसत आहात... आणि तुम्ही अस्वलासारखे! मी तुमच्यापैकी कुणाशीच विवाह करू शकत नाही. पण तुम्हा दोघांच्या मधोमध मला एक पुरुष उभा असलेला दिसत आहे.''

पर्वत आणि नारद या दोघांनी एकमेकांकडे पाहिले. मग दोघंही एकदम म्हणाले, ''त्या पुरुषाचं वर्णन कर पाहू.''

''मला इथे एक पीतांबरधारी सुंदर पुरुष दिसतोय. तो सुहास्य वदनानं माझ्याचकडे पाहत आहे. तो नीलवर्णी असून, त्याच्या चार हातांमध्ये शंख, चक्र, गदा, पद्म आहे. खरं तर मला त्याच्याशीच विवाह करायचा आहे.''

तिनं वर्णन केलेला तो पुरुष म्हणजे साक्षात भगवान विष्णूच होते, हे त्या दोघा मुनींना कळून चुकलं.

''परमेश्वरा, तुम्ही तर माझी फसवणूक केलीत!'' पर्वत ओरडून म्हणाला. ''तुम्ही फक्त नारदाच्या चेहऱ्याचं रूपांतर वानराच्या चेहऱ्यात करावं, असं मी तुम्हाला सांगितलं होतं ना? मग तुम्ही माझासुद्धा चेहरा बदलून टाकलात? आता तुम्ही इथे का आला आहात?''

नारदसुद्धा श्रीविष्णूंवर आरोप करत म्हणाला, ''तुम्ही माझासुद्धा विश्वासघात केला आहेत. तुम्ही इथे का आला आहात, हे मला पुरतं ठाऊक आहे. तुम्ही आधीपासूनच हा बेत ठरवला होतात. राजकन्येशी विवाह करण्याची तुमची स्वतःचीच

इच्छा आहे.''

अशा प्रकारे वादावादी सुरू झाली. आवाज वाढू लागले. श्रीमतीनं शांतपणे पुढे होऊन हातातली वरमाला श्रीविष्णूंच्या गळ्यात घातली.

मग दोन्ही मुनी संतप्त होऊन श्रीविष्णूंना म्हणाले, ''देवा, तुम्ही आमची घोर फसवणूक करून आम्हाला दुखावलं आहे. त्यामुळे इथून पुढे तुम्हाला सतत वानरांच्या आणि अस्वलाच्या सहवासातच राहावं लागेल.''

त्यावर मान हलवून भगवान विष्णू म्हणाले, ''मी जेव्हा श्रीरामाचा अवतार घेऊन पृथ्वीतलावर येईन, तेव्हा वानरं आणि अस्वलं माझे जिवाभावाचे मित्र बनतील. तेच माझ्या पाठीशी भक्कमपणे उभे राहतील. सत्य हे आहे, की तुम्ही दोघांनी माझ्याकडे एक मागणी केलीत आणि ती मी पूर्ण केली. खरं तर फसवणूक मी नाही, तुम्हीच केलीत. तुम्ही दोघांनीही एकमेकांना फसवलंत. तुम्ही दोघं तुमच्या त्या स्वार्थी मागण्या माझ्याकडे घेऊन आल्यानंतरच मी या स्वयंवरासाठी इथे उपस्थित राहण्याचा निर्णय घेतला आणि इथे वधूनं स्वेच्छेनं माझी निवड करून मला वरमाला घातली. पण प्रिय मुनींनो, ही श्रीमती खरी कोण आहे, हे तर तुम्हा दोघांना माहीतच आहे. ती तर देवी लक्ष्मीचा अवतार आहे. ती फक्त माझ्याबरोबरच राहू शकते. आजची ही घटना तुमच्या डोळ्यांत अंजन घालणारी ठरू दे. आज इथे शिकलेला धडा तुम्ही कधीच विसरू नका आणि पुन्हा कधीही कुणाला फसवू नका.''

पर्वत आणि नारद या दोघांनाही स्वतःच्या वागण्याची अत्यंत लाज वाटली. ते माना खाली घालून काहीही न बोलता त्या राजवाड्यातून निघून गेले.

हा धडा ते कधीच विसरणार नव्हते.

भ्रमाचे मायाजाल

नारदमुनी क्षणार्धात जगाच्या कोणत्याही कानाकोपऱ्यात जाऊ शकत असत. आकाश, पृथ्वी वा पाताळ अशा तिन्ही लोकांमध्ये त्यांची ही भ्रमंती चालू असे. त्यांचं स्वतःचं काहीच वाहन नव्हतं. त्यांना स्वतःचं घरसुद्धा नव्हतं. ते कधीकधी मुद्दामच लोकांमध्ये कळ लावून देत असत किंवा त्यांचा गैरसमज करून देत असत आणि त्यांची फजिती बघत असत. परंतु ते नेहमीच सत्याची कास धरून चालत. त्यामुळे त्यांच्या बोलण्याचा सर्व जण मान राखत असत. देव, असुर आणि मानव या सर्वांनाच नारदमुनींचा सहवास अत्यंत प्रिय होता.

नारदमुनींना कुणीही भेटलं की ते त्या व्यक्तीला आपल्यासारखं मुनी होण्यास सांगत असत. सर्वांनी सतत श्रीविष्णूंची भक्ती केली पाहिजे, असं त्यांचं म्हणणं होतं. त्यांच्या या वागण्यामुळे त्यांचे पिता ब्रह्मदेव त्यांच्यावर नाराज होते. एक दिवस ते नारदमुनींना म्हणाले, "हे बघ, तुला जे काही करायचं असेल, ते करायला तू मोकळा आहेस. तुझ्यावर कसलीच जबाबदारी नाही, काही पाश नाहीत; पण या पृथ्वीवर राहणाऱ्या सामान्य माणसाला याहून खूप जास्त चिंता असतात. प्रत्येकाला स्वतःच्या वाट्याला येणारं दुःख भोगावं लागतं. इतरांसाठी काय योग्य आणि काय अयोग्य हे तुला कळतं, असं समजू नकोस. कारण एका मर्त्य माणसाचं जीवन, त्याचा संसार, त्याची मुलं-बाळं, त्याच्या आयुष्यात असलेला आनंद आणि दुःख, यांपैकी कशाचीच तुला जाणीव नाही, समज नाही.''

परंतु नारदानं आपल्या पित्याच्या बोलण्याकडे काणाडोळाच केला. ते ब्रह्मदेवाकडे पाहून उपहासानं हसत पुढे निघून गेले.

त्यानंतर काही दिवसांनी नारदमुनी श्रीविष्णूंना भेटायला गेले असताना त्यांनी आपला पिता ब्रह्मदेवाशी झालेलं बोलणं विष्णूंच्या कानावर घातलं.

विष्णू त्यावर गूढ हसले. अचानक त्यांना जोराचा खोकला आला. ते नारदमुनींना

म्हणाले, "मला खूप तहान लागली आहे. जरा जवळच्या तळ्यामधून माझ्यासाठी प्यायला पाणी घेऊन येशील का?"

नारद तातडीनं हातात कमंडलू घेऊन पाणी आणायला गेले. ते तळ्यापाशी जाऊन तो कमंडलू पाण्यात बुडवणार, इतक्यात पाण्याच्या पृष्ठभागाजवळ त्यांना आत जाणाऱ्या पांढऱ्याशुभ्र पायऱ्या दिसल्या. त्यांची उत्सुकता अनावर होऊन ते त्या पायऱ्यांवरून खाली निघाले. नारदमुनींना तिन्ही लोकांमध्ये कुठेही, कसाही संचार करता येत असल्यामुळे ते खोल पाण्यातही शिरू शकले. तळ्यात खूप खोलवर जाऊन पोहोचल्यावर त्यांना समोर एक भव्य प्रासाद दिसला. त्यासमोरील उद्यानात एक सौंदर्यवती फुलांचा हार बनवत बसली होती.

"तू कोण आहेस?" नारदांनी आश्चर्यानं विचारलं.

"मी या राजवाड्यात राहते. मी राजकन्या आहे." ती म्हणाली.

"तू हा हार कुणासाठी बनवते आहेस?"

"अर्थात भगवान विष्णूंसाठी!" ती तरुणी उत्तरली. "मी त्यांची भक्त आहे. त्यांची पूजा करण्यासाठी मी हा हार बनवत आहे.

त्या तरुणीचं सौंदर्य आणि तिची भक्ती पाहून नारद प्रसन्न झाले होते म्हणून तेसुद्धा तिच्याबरोबर पूजा करायला बसले. पूजा संपेपर्यंत ते तिच्या आकंठ प्रेमात पडले होते. त्यांनी तिच्याशी विवाह करण्याची इच्छा व्यक्त केली.

तिनं लाजून त्यांना होकार दिला.

मग त्या दोघांचा विवाहसोहळा अगदी थाटामाटात पार पडला. नारदमुनी त्या स्त्रीबरोबर पाण्याखालच्या त्या प्रासादात सुखासमाधानानं राहू लागले.

अशी अनेक दशकं लोटली. नारदांपासून त्या स्त्रीला साठ अपत्यं झाली. त्या दोघांचा संसार अत्यंत आनंदात चालला होता.

एक दिवस अचानक कुठून कोण जाणे एक महाभयंकर वादळ आलं. त्यात तो प्रासाद कोसळून पडला. नारदमुनींनी आपल्या कुटुंबीयांचे प्राण वाचवण्यासाठी प्रयत्नांची पराकाष्ठा केली; पण त्याचा काहीच उपयोग झाला नाही. नारदांची सर्व मुलं-बाळं त्यांच्या डोळ्यांदेखत मृत्युमुखी पडली. नारद आणि त्यांची पत्नी अगतिक होऊन रडू लागले. अचानक पाण्यात एक भली मोठी लाट निर्माण झाली. त्या लाटेनं नारदांच्या पत्नीला स्वतःसोबत ओढून नेलं. नारद हतबुद्धपणे नुसते त्या वादळाच्या केंद्रबिंदूमध्ये चमकत असलेल्या नेत्राकडे पाहू लागले. स्वतःला वाचवण्यासाठी नारद एका वृक्षाला मिठी मारून उभे राहिले, तेव्हा त्यांना अचानक श्रीविष्णूंची आठवण झाली. "परमेश्वरा, मला वाचव, मला वाचव!" असं ते स्वतःशीच पुटपुटू लागले. आता मृत्यू आपल्याला ओढून नेणार याची त्यांना कल्पना आली, म्हणून त्यांनी मनाच्या तयारीसाठी डोळे घट्ट मिटून घेतले. त्यांना खूप भीती वाटत होती.

आपण जे आयुष्य जगत होतो, ते आपल्यासाठी किती महत्त्वाचं होतं, हे त्यांना कळून चुकलं. त्यांना जगायचं होतं.

जरा वेळानं कुणीतरी आपल्या खांद्याला स्पर्श करत असल्याची त्यांना जाणीव झाली. त्यांनी डोळे उघडले. पाहतात तर श्रीविष्णू त्यांच्या शेजारी उभे होते. आता ते वादळ पूर्णपणे शमलं होतं. सर्व काही शांत व कोरडं होतं.

"नारदा, काय झालं?" विष्णू म्हणाले.

"ते वादळ ओसरलं का?" नारद म्हणाले. त्यांचा स्वतःच्या डोळ्यांवर विश्वासच बसत नव्हता.

नारदमुनी हुंदके देत म्हणाले, "मी माझ्या पत्नीला आणि माझ्या मुलांना गमावून बसलो आहे. आता माझ्याकडे तर काहीच नाही आहे. त्यांच्याशिवाय मला जगायचंच नाही. माझी तशी योग्यताच नाही."

विष्णू गालातल्या गालात हसत म्हणाले, "अरे नारदा, तू हे सगळं काय बोलतो आहेस? मी फक्त तुला माझ्यासाठी थोडंसं प्यायचं पाणी घेऊन यायला सांगितलं होतं. आणि इथे तू तळ्याकाठी बसून दिवास्वप्नात रमून गेलास? जरा आजूबाजूला नजर फिरवून पाहा बरं. वादळ वगैरे काहीसुद्धा नाही. तू मला सांग, तुला काय झालं? तुझ्या मनाला कसला त्रास होतोय?"

नारदमुनींनी गोंधळून इकडे-तिकडे पाहिलं. मग त्यांनी श्रीविष्णूंना सगळी हकिगत सांगितली.

अखेर भगवान विष्णू म्हणाले, "तुझ्या अवतीभवती ती सगळी माया मीच निर्माण केली होती. तुझा विवाहसुद्धा झालेला नाही आणि तुला संततीसुद्धा नाही. पण सर्वसामान्य माणसांभोवती संसाराचे नेमके कोणते पाश असतात, हे तुला आता नीट समजलं असेल. कोणताही सामान्य माणूस या नातेसंबंधांच्या पाशांपासून लवकर सुटू शकत नाही. नारदा, तुझ्यासारखा एक विद्वान मुनी जर या मायाजालात इतका गुरफटून जातो, तर मग सर्वसामान्यांची काय हालत होत असेल याची तू कल्पना कर बरं. तेव्हा हे भक्ता, तुझ्या वडिलांचं म्हणणं पूर्णपणे योग्य आहे."

नारदांनी लज्जित होऊन आपलं मस्तक झुकवलं.

विष्णूंनी स्मितहास्य केलं. "तुझ्या आयुष्यात घडलेल्या या घटनेचं सर्वसामान्यांना स्मरण झालं पाहिजे अशी माझी इच्छा आहे. म्हणूनच यापुढील साठ संवत्सरांना मी तुझ्या साठ अपत्यांची नावं देत आहे. साठ वर्षांचं चक्र पूर्ण झाल्यावर पुन्हा पहिल्यापासून हे चक्र सुरू होईल, असं अव्याहतपणे ते चालूच राहील.

अशा प्रकारे हिंदू पंचांगाचा जन्म झाला.

विवाहासाठी कर्ज

एक दिवस कश्यप ऋषी इतर ऋषी-मुनींसह गंगा नदीच्या काठी यज्ञ करत असताना नारदमुनी तिकडून चालले होते. ते त्या यज्ञापाशी थांबून म्हणाले, "मुनिवर, तुम्ही कोणत्या देवतेला प्रसन्न करण्यासाठी हा यज्ञ करत आहात?"

परंतु या बाबतीत तिथे जमलेल्या ऋषी-मुनींमध्ये एकवाक्यता नव्हती. मग त्यांनी त्यांच्यातल्या भृगू नावाच्या ऋषींना ब्रह्मा-विष्णू-महेश्वर या त्रिमूर्तीकडे जाऊन असा प्रश्न विचारायला सांगितला, की या यज्ञानं कोणती देवता प्रसन्न होईल?

भृगू ऋषी सर्वांत प्रथम सत्यलोकात जाऊन पोहोचले. हे ब्रह्मदेवाचं निवासस्थान होतं. तिथे त्यांनी पाहिलं तर ब्रह्मदेव आणि सरस्वती हे वेदपठण करण्यात मग्न होते. मग तिथे त्यांच्या त्या पठणात व्यत्यय न आणता भृगू ऋषी हळूच तेथून निघाले ते कैलास पर्वतावर जाऊन पोहोचले. तेथे त्यांनी पाहिले तर शंकर आणि पार्वती ध्यानमग्न अवस्थेत बसले होते. अखेर ते भगवान विष्णूंचं निवासस्थान असलेल्या वैकुंठावर जाऊन पोहोचले.

वैकुंठामध्ये गेल्यावर भृगू ऋषींनी पाहिलं, तर श्रीविष्णू आदिशेष नागाच्या शय्येवर विश्रांती घेत पहुडले होते. तेथे लक्ष्मी देवी आपल्या मंत्रमुग्ध अवस्थेत आपल्या पतीच्या पायाशी बसलेली होती. ते दृश्य पाहून भृगू ऋषी मनातून अस्वस्थ झाले. श्रीविष्णू आणि लक्ष्मी तर खास काहीही करत नव्हते आणि तरीही भृगू ऋषींची त्यांनी साधी दखलसुद्धा घेतली नव्हती. ते पाहून संतप्त झालेल्या भृगू ऋषींनी पुढे होऊन श्रीविष्णूंच्या छातीच्या डाव्या बाजूवर लत्ताप्रहार केला.

श्रीविष्णू आपल्या भक्तांशी नेहमीच कनवाळूपणे वागत असत. त्यामुळे भृगू ऋषींची लाथ त्यांच्या छातीवर बसताच त्यांनी तत्काळ उठून भृगू ऋषींचा पाय दाबायला सुरुवात केली. परंतु विष्णूंच्या त्या कृतीमागचं खरं कारण वेगळंच होतं. भृगू ऋषींच्या त्या तळपायावर एक अत्यंत सामर्थ्यशाली असा नेत्र होता, त्या

नेत्रामुळेच भृगू ऋषी असे उद्धटपणे वागत असत. भृगू ऋषींचे पाय दाबण्याचा बहाणा करून श्रीविष्णूंनी तो नेत्र अलगद काढून घेतला. त्या क्षणी भृगू ऋषींच्या वागण्यात एकदम बदल घडून आला. ते शांत झाले. त्यांनी श्रीविष्णूंची क्षमा मागितली. त्याच क्षणी भृगू ऋषींना जाणीव झाली- आपण सर्व जणांनी गंगेच्या तीरी ज्या यज्ञाला प्रारंभ केलेला आहे, त्यानं श्रीविष्णूच सर्वांत अधिक प्रसन्न होणार आहेत.

गंगातीरी यज्ञासाठी जमलेल्या इतर ऋषी-मुनींच्या कानावर ही गोष्ट घालण्यासाठी भृगू ऋषी तिथून निघताच विष्णूंची पत्नी लक्ष्मीदेवी आपल्या पतीकडे वळून म्हणाली, "नाथ, तुमचे भक्त तुम्हाला किती प्रिय आहेत, याची मला कल्पना आहे; पण त्या भक्तांनी तुम्हाला गृहीत धरता कामा नये, एवढी काळजी तरी किमान तुम्ही घ्यायलाच हवी. भृगू ऋषी कितीही महान असले, तरी त्यांनी इथे येऊन जे काही केलं, ते चुकीचंच होतं. आणि तरीही तुम्ही त्यांना काहीच समज दिला नाहीत."

संतप्त झालेल्या लक्ष्मीला शांत करत भगवान विष्णू भृगू ऋषींच्या तृतीय नेत्राविषयी सांगण्याचा प्रयत्न करू लागले; पण ती काहीच ऐकून घेण्याच्या मनःस्थितीत नव्हती. "त्या भृगूनं तुमच्या छातीच्या डाव्या बाजूवर लत्ताप्रहार केला आणि तिथेच तुमच्या हृदयात मी राहते. मग आता मी त्या ठिकाणी कशी काय राहू, हे तुम्हीच मला सांगा." एवढं बोलून अपमानित झालेली लक्ष्मी संतापाच्या भरात करवीरपूर नावाच्या स्थानी जाऊन बसली.

इकडे वैकुंठावर लक्ष्मीशिवाय राहणं श्रीविष्णूंना असह्य झालं. त्यांना खूप एकटं वाटू लागलं. त्यामुळे ते पृथ्वीवर येऊन चोल साम्राज्याकडे गेले. तेथे एका टेकडीवर एका चिंचेच्या झाडाखाली असलेल्या गुहेत ते शिरून बसले. परंतु ती गुहा नसून ते एक मुंग्यांचं वारूळ होतं, हे श्रीविष्णूंच्या लक्षातसुद्धा आलं नाही. ते तिथे अन्न, पाणी किंवा निद्रेशिवाय ध्यानमग्न अवस्थेत बसून राहिले. काही काळातच मुग्यांनी त्यांच्याभोवती वारुळ बांधून टाकलं.*

इकडे ब्रह्मदेव आणि शंकर यांना श्रीविष्णूंबद्दल वाईट वाटू लागलं. त्यांनी किमान द्रवपदार्थ तरी प्राशन करावा या उद्देशानं शंकर आणि ब्रह्मा गाईचं व वासराचं रूप घेऊन चोलाच्या गाईंच्या कळपात सामील झाले. भगवान विष्णू ज्या डोंगरावर ध्यानस्थ बसले होते, तेथेच हा गायींचा कळप चरण्यासाठी आला होता.

चोल राजाचा गुराखी गाईंचा कळप घेऊन डोंगरमाथ्यावर येताच गाय आणि वासराच्या रूपातील शंकर आणि ब्रह्मा थेट त्या मुंग्यांच्या वारुळापाशी गेले. भगवान

---

* भगवान विष्णू जेथे ध्यानमग्न स्थितीत बसून होते, त्या डोंगराला तिरुमला असं म्हणतात, तर त्याच्या पायथ्याशी असलेल्या परिसराला गोविंदराजपट्टणम् किंवा तिरुपती अशा नावाने ओळखतात.

विष्णू त्या वारुळाच्या आत ध्यानमग्न स्थितीत बसलेले होते. मग त्या गायीला तिथे पाझर फुटला आणि वारुळाच्या छोट्याछोट्या असंख्य बिळांमधून त्या दुधाच्या धारा वारुळाच्या आत झिरपू लागल्या. त्यातील काही धारा ध्यानस्थ बसलेल्या श्रीविष्णूंच्या मुखात शिरल्या. त्यांनी ते दूध प्राशन केलं.

राजाच्या मुदपाकखान्यातील आचाऱ्यांना आता संशय येऊ लागला. गायींच्या कळपात येऊन दाखल झालेल्या नवीन गायीच्या आचळातून काहीच दूध येत नसे. तिचे आचळ नेहमीच रिते असत. हे पाहून गायींना चरण्यासाठी नेणारा गुराखीसुद्धा घाबरला. आपण गाईच्या दुधाची चोरी करत असल्याचा आपल्यावर हकनाकच आळ येईल, अशी भीती त्याला वाटू लागली. मग आपण डोंगरावर गाईंना चरण्यासाठी नेल्यावर ही नवी गाय नक्की काय करते, कुठे जाते ते पाहण्यासाठी तो एक दिवस तिच्या मागावर राहिला.

त्यानं तिला मुद्दामच मोकळं सोडलं आणि तो दुरूनच तिच्यावर नजर ठेवून थांबला. नेहमीप्रमाणे गाईनं त्या वारुळावर आपले आचळ टेकवताच तिला पान्हा फुटला आणि दुधाच्या धारा त्या वारुळाच्या आत पाझरू लागल्या. झाडाआड लपून तो गुराखी हे सर्व दृश्य बघत होता. तो संतप्त झाला. आपली कुऱ्हाड हातात घेऊन तो त्या गाईचं डोकं उडवण्यासाठी तिच्या मागे लागला. ध्यानमग्न अवस्थेतील विष्णूंना संकटाची चाहूल लागली. मग त्या गाईला वाचवण्यासाठी ते त्या वारुळातून उठून उभे राहिले. ते पाहून त्या गुराख्याची भीतीनं गाळण उडाली. त्याच्या हातातली कुऱ्हाड श्रीविष्णूंच्या कपाळाला लागली आणि गुराखी खाली कोसळून भीतीनं मरून पडला. श्रीविष्णूंच्या कपाळाला जखम होऊन त्यातून भळाभळा रक्त वाहू लागलं. ती गाय माघारी वळून जेव्हा राजवाड्यात परतली, तेव्हा तिच्या अंगावर सगळीकडे रक्ताचे शितोंडे उडालेले होते.

आपल्या गाईंपैकी एका गाईच्या अंगावर रक्ताचे शिंतोडे उडलेले असल्याची वार्ता जेव्हा राजाच्या कानावर पडली, तेव्हा यात नक्कीच काहीतरी काळंबेरं आहे, असा त्याला संशय आला. मग त्या गाईला डोंगरावर मोकळं सोडून आता तो स्वतःच तिच्या मागावर राहिला. ती गाय सवयीप्रमाणे परत त्या मुंग्यांच्या वारुळापाशी गेली. तेथे मानवी रूपातील श्रीविष्णूंना राजानं लगेच ओळखलं.

भगवान विष्णू मात्र घडलेल्या प्रकारानं अतिशय अस्वस्थ झाले होते. ते म्हणाले, ''राजा, तुझा गुराखी– जो गाईंचं रक्षण करणारा असतो, तोच त्याच्या कळपातील एका गाईची हत्या करायला निघाला होता. तो तुझा सेवक होता. तेव्हा त्याचा धनी या नात्यानं त्याच्या हातून घडलेल्या या चुकीला तूच जबाबदार आहेस. त्यामुळे आज मी तुला शिक्षा देत आहे. तुला पुढचा जन्म एका असुराचा मिळेल.''

राजानं आपण निरपराध आहोत असं वारंवार सांगून श्रीविष्णूंसमोर खूप विनवण्या केल्या. अखेर विष्णूंना त्याची दया आली. ते म्हणाले, ''ठीक आहे, तू शिक्षा

भोगून पूर्ण केलीस की तुला त्यापुढचा जन्म राजाचा मिळेल. तुझं नाव आकाश राजा असं असेल.''

त्यानंतर श्रीविष्णू त्या राज्यातून निघाले आणि रानोमाळ भ्रमंती करू लागले.

त्यानंतर सुमारे एक शतक लोटल्यावर श्रीविष्णूंचं भाकीत खरं झालं. आकाश राजाचा जन्म झाला आणि पुढे तोंडमंडलम् या राज्यावर राज्य करू लागला. आकाश राजापुढे सगळी सुखं हात जोडून उभी होती, पण त्याच्या जीवनात फक्त एकाच गोष्टीची उणीव होती. त्याच्या पदरी संतान नव्हतं. मग त्यानं अपत्यप्राप्तीसाठी एक यज्ञ करायचं ठरवलं. त्या यज्ञाच्या उपचारांचाच एक भाग म्हणून राजाला हातात नांगर घेऊन काही शेतं नांगरावी लागणार होती. त्यासाठी राजानं नांगर हाती घेताच त्या नांगराचं रूपांतर एका भल्यामोठ्या, सुंदर कमळात झालं. त्यानं त्या विस्मयकारी कमळाच्या पाकळ्या उलगडून आत डोकावून पाहताच त्याला आत एक सुंदर तान्ही मुलगी सापडली. ''हे पाहा, भगवंतानं आपल्या पदरात काय टाकलं आहे. आपण या मुलीचं नाव पद्मावती ठेवू, कारण हिनं कमळातून जन्म घेतलेला आहे.''

अशी कित्येक वर्षं गेली. पद्मावती तरुण, सुंदर राजकन्या झाली.

आता लोक भगवान विष्णूंना श्रीनिवास म्हणून ओळखत असत. त्यांची तोंडमंडलम् राज्याच्या सात डोंगरांमध्ये सतत भ्रमंती चालू असे.

त्यांच्या या रूपात त्यांना रानात बकुळादेवी नावाची स्त्री भेटली. श्रीनिवासाला पाहताक्षणी तिच्या मनातील मातृप्रेम जागृत झालं. श्रीनिवासनं हसत तिचा आई म्हणून स्वीकार केला. कारण ती स्त्री म्हणजे श्रीकृष्णाची दत्तक आई यशोदा हीच होती.

भगवान विष्णू जेव्हा श्रीकृष्णाच्या रूपात पृथ्वीवर अवतरले होते, तेव्हा जरी यशोदेनं श्रीकृष्णाचा सांभाळ केला असला, तरी त्याच्या आठ लग्नांपैकी एकही लग्न तिच्या डोळ्यांसमोर झालेलं नव्हतं. या गोष्टीचं यशोदेला नेहमीच वाईट वाटत असे. त्यामुळे आपल्या पुढच्या एका जन्मात यशोदेच्या इच्छेनंच आपला विवाह घडून येईल, असं वचन श्रीकृष्णानं यशोदामातेला दिलं होतं.

एक दिवस श्रीनिवास त्या सात डोंगरांपैकी वेंकटादि नावाच्या डोंगरात शिकारीसाठी गेला. तिथे तो एका रानटी हत्तीच्या मागे लागला. जाताजाता तो राजवाड्याच्या सभोवार असलेल्या उद्यानांपाशी जाऊन थबकला. उद्यानात पद्मावती तिच्या सख्यांबरोबर फुलं तोडत होती. तो उधळलेला हत्ती त्या उद्यानासमोरून पुढे निघून गेला. पण त्या हत्तीचं ते भयंकर रूप पाहून पद्मावती आणि तिच्या सख्या भयभीत होऊन किंचाळू लागल्या.

तो हत्ती उद्यानात शिरलेला असावा, अशा समजुतीनं श्रीनिवासही त्या उद्यानात घुसला. श्रीनिवास विनाकारण असा आपल्या उद्यानात घुसलेला पाहून संतप्त झालेल्या पद्मावतीनं व तिच्या सख्यांनी त्याच्या रोखानं दगड फेकले. तेवढ्यात पद्मावती श्रीनिवासाच्या नजरेस पडली. त्या क्षणी तो त्या मदोन्मत हत्तीविषयी सर्व काही विसरून

जाऊन पद्मावतीच्या सौंदर्यानं मोहित झाला. तो तिच्या प्रेमात पडला. व तिच्याशी विवाह करण्याची इच्छा त्याच्या मनात जागृत झाली होती. त्याच वेळी इकडे राजकन्या पद्मावती आपल्या उद्यानात अनाहूतपणे शिरलेल्या त्या तरुणाच्या प्रेमात पडली.

पण श्रीनिवास पाठ फिरवून उद्यानाबाहेर पडला आणि पळतच घरी आला. उद्यानात पाहिलेल्या त्या लावण्यवतीविषयी आपल्या आईला सांगून त्यानं तिच्याशी विवाह करण्याचा आपला मनोदयसुद्धा आईपाशी व्यक्त केला. बकुळादेवीनंसुद्धा आपल्या मुलाला सर्वतोपरी मदत करण्याचं वचन दिलं. "मी स्वतः राजाच्या दरबारात जाऊन तुझ्यासाठी राजकन्येला मागणी घालते," असं ती श्रीनिवासला म्हणाली. पण त्याला मात्र घाईगडबडीनं काहीच करायचं नव्हतं. त्याची आणखी काही दिवस वाट पाहण्याची तयारी होती.

इकडे तो अचानक भेटलेला अनोळखी तरुण पद्मावतीच्या मनात भरला होता. ती सतत त्याचाच विचार करत बसलेली असे. कोण होता तो... त्याचं नाव तरी काय... काहीच माहीत नव्हतं. आपल्या आई-वडिलांसमोर त्याचा विषय काढायला तिला संकोच वाटत होता. असे कित्येक दिवस लोटले. अलीकडे राजकन्या खूप उदास दिसत असे. हळूहळू त्या गोष्टीचा तिच्या प्रकृतीवर परिणाम दिसू लागला होता. ती खंगली होती.

मग एक दिवस बकुळादेवी भविष्य वर्तवणाऱ्या ज्योतिषी स्त्रीचा वेश घेऊन पद्मावतीच्या आणि तिच्या सख्यांच्या वाटेवर जाऊन थांबली. आपली ही भेट अवचित झाली असल्याचा बहाणा तिनं केला. ती भविष्य वर्तवणारी आहे हे कळल्यावर पद्मावतीच्या सख्यांनी राजकन्येच्या अशा उदास मनःस्थितीचं कारण बकुळादेवीला सांगितलं. राजकन्येचं मन एका अनोळखी तरुणावर जडलेलं असून, राजकन्येच्या भविष्यात त्या बाबतीत काय वाढून ठेवलं आहे, हे बकुळादेवीनंच सांगावं, असा त्या सख्यांनी आग्रह धरला.

"तिचं मन ज्या तरुणावर जडलं आहे, त्याच्याशीच तिचा विवाह होईल आणि तिच्यासाठी त्याच्यापेक्षा अधिक सुयोग्य असा दुसरा वर तुम्हाला शोधूनही सापडणार नाही," असं भविष्य वेशांतर करून आलेल्या बकुळादेवीनं वर्तवलं.

त्यानंतर काही दिवसांनी बकुळादेवी आपल्या खऱ्या रूपात राजा-राणींना जाऊन भेटली. आपला मुलगा श्रीनिवास हा पद्मावतीसाठी कसा सुयोग्य वर आहे, हे तिनं त्यांना पटवून दिलं. त्यांनीही ते मान्य केलं व श्रीनिवास आणि पद्मावतीचा विवाह निश्चित करण्यात आला.

त्या दोघांच्या विवाहसमयी उपस्थित राहण्याची सर्वांचीच इच्छा होती; पण श्रीनिवास निष्कांचन होता. लक्ष्मी त्याला कधीच सोडून गेली होती. मग धनसंपत्तीचा देव असलेल्या कुबेरानं या विवाहसोहळ्याच्या खर्चासाठी श्रीनिवासला कर्ज देण्याची

तयारी दर्शवली. त्यानंतर श्रीनिवास आणि पद्मावती यांचा विवाह सोहळा नारायणवनम् येथे मोठ्या थाटामाटात संपन्न झाला.

विवाहसमयी वधू-वरांना शुभाशीर्वाद देण्यासाठी खुद्द लक्ष्मी देवी तिथे उपस्थित राहिली. ती श्रीनिवासाला म्हणाली, "ते कुबेराचं कर्ज फेडण्याची चिंता तुम्ही करू नका. ती जबाबदारी माझी. मी इथून पुढे तुमच्या सर्व भक्तांच्या घरात कायमस्वरूपी वास करीन. मग तेच पुढे येऊन तुमचं सगळं कर्ज फेडतील."

आपल्या पुराणांमध्ये सांगितल्यानुसार अनेक युगं आहेत. पण त्यांपैकी सर्वांत शेवटचं म्हणजे कलियुग. हे कलियुग जेव्हा पृथ्वीतलावर सुरू झालं, तेव्हा श्रीनिवासाला आपल्या मूळ निवासस्थानी परत जाण्याची इच्छा झाली; परंतु कलियुगासारख्या महाभयंकर युगात त्यानं आपल्याला सोडून परत जाऊन नये, म्हणून अनेक ऋषी-महर्षींनी त्याची आळवणी सुरू केली. त्यानं त्या डोंगरावर राहणाऱ्या सर्वांचा सांभाळ केला पाहिजे, असं त्यांचं म्हणणं होतं. राजकन्या पद्मावती मात्र आपल्या पतीसोबत तिथे राहिली नाही. तिला लोक 'अलामेलूमांगा' अशा नावानं ओळखतात आणि अनेकदा तिला कमळावर आसनस्थ झालेलं दाखवण्यात येतं.

विष्णू मात्र शेषाद्री पर्वतावर गेले. हा पर्वत वराहस्वामी नावाच्या एका देवतेच्या आधिपत्याखाली होता. त्या देवाला असं वाटलं, की हा श्रीनिवास इतका लोकप्रिय आहे, की आता सगळे लोक आपल्याला विसरून त्याचीच भक्ती करू लागतील; परंतु भगवान विष्णूंनी त्याची समजूत काढून त्याला वचन दिलं, की इथून पुढे सर्व भक्त तिरुमलाच्या भेटीला येण्याआधी वराहस्वामींच्या मंदिरात दर्शनाला येतील.

त्यानंतर विष्णूंनी चार हात असलेल्या पाषाणाच्या मूर्तीचं रूप घेतलं. त्यांनी त्यातल्या एका हातात शंख आणि दुसऱ्या हातात चक्र धारण केलं होतं. त्यांच्या तिसऱ्या हाताचा तळवा त्यांनी पालथा धरला होता. त्या हाताच्या पंजाचा वरचा भाग हे वैकुंठाचं प्रतीक होतं. त्यांनी त्यांच्या चौथ्या हाताची मूठ वळली होती. पुढे लोक श्रीविष्णूंना वेंकटेश्वरा म्हणू लागले. वेंकटाद्री नावाच्या पर्वताचे ते स्वामी झाले.

असं म्हणतात, की कुबेराचं ऋण फेडण्याआधीच वेंकटेश्वराचं पाषाणाच्या मूर्तीमध्ये रूपांतर झालं. त्यामुळे आज तिरुपती मंदिरात आपल्या भगवंताला ऋणमुक्त करण्यासाठी त्याचे भक्त सढळ हाताने दान करतात. लोक असंही मानतात, की कुबेरानं दिलेलं ते ऋण इतकं मोठं होतं, की तिरुपती मंदिरातील हुंडीत दर दिवशी जमा झालेली रक्कम केवळ त्यावरचं व्याज फेडण्यासच पुरेशी होईल. अशीही एक दंतकथा प्रचलित आहे, की वेंकटेश्वराचा मानलेला भाऊ म्हणजे गोविंदराजा ही देवता. हा गोविंदराजा रोज त्या मोठाल्या हुंडीत जमा झालेली रक्कम मोजण्याचं काम करत

असे. पण ते काम करताकरता तो इतका थकून गेला, की तो जागच्या जागी झोपून गेला. त्यामुळे त्याचंसुद्धा पाषाणाच्या मूर्तीमध्ये रूपांतर झालं. गोविंदराजपट्टणम् येथे त्याची मूर्ती पाहायला मिळते.

त्या ठिकाणी लक्ष्मीची मूर्तीसुद्धा आहे. ही मूर्ती आपले हात वर करून आपल्या भक्तांना आशीर्वाद देत असलेली दिसते. त्यांना धनधान्य व समृद्धी प्राप्त होवो, असा आशीर्वाद ती देते. तिची मूर्ती दानाच्या हुंडीशेजारीच उभी आहे. सर्व भक्त हुंडीत दान टाकल्यानंतर तिच्यासमोर नतमस्तक होऊन तिचे आशीर्वाद घेतात.

दर वर्षी वेंकटेश्वराकडून पद्मावती आणि लक्ष्मी या दोघींना साडीचोळी भेट म्हणून येते.

तिरुमला मंदिर आणि त्यातील देवदेवतांची आराधना करण्यासाठी हजारो वर्षांपासून तिथे भक्तांचा ओघ लागलेला असतो. या मंदिराच्या विकासासाठी फार पूर्वीपासून राजेरजवाड्यांनी आणि धनिक भक्तांनी सढळ हातानं मदत केलेली आहे. मूळ मंदिराचा नंतरच्या काळात विस्तार करण्यात आला असून, स्थापत्य शास्त्राचे विविध कलाविष्कार तिथे पाहायला मिळतात. मध्यभागी त्रिकोणी आकारात उभ्या असलेल्या मूळ मंदिराच्या भवताली नवीन रचना उभी राहिलेली आहे. श्रीविष्णूंसंबंधी अनेक स्तवनं रचण्यात आली आहेत. श्रीनिवासाचंच आणखी एक नाव म्हणजे बालाजी. या बालाजीच्या दर्शनासाठी देशभरातून लोक येतात. बालाजीची मूर्ती सोन्यानं मढवण्यात आली असून, त्या मूर्तीकडे भक्तांनी एक क्षणभर डोळा भरून पाहिलं, तरीही त्यांना कृतकृत्य झाल्यासारखं वाटतं. या मंदिरात दर्शनाला येणाऱ्या भक्तांची संख्या दर दिवसाला ६५,००० पासून ५,००,००० पर्यंत कितीही असू शकते. सणांच्या वेळी इथे प्रचंड गर्दी असते. देवांचा खजिनदार असलेला कुबेर हा देव त्याचमुळे जगात सर्वांत श्रीमंत झालेला आहे.

करवीरपुराचं सध्याचं नाव कोल्हापूर असं आहे. असं म्हणतात, की येथील मंदिरात आजही लक्ष्मी वास करून असते.

तोंडामंडलम्च्या सात डोंगरांपैकी एका डोंगराचा आकार गरूडासारखा असल्यानं त्याला गरुडाद्री हे नाव पडलं आहे.

पद्मावती हे वेदवतीचंच रूप आहे. वेदवती नावाची स्त्री श्रीरामांची परमभक्त होती. श्रीरामांशी विवाह करण्याची तिची इच्छा होती. तेव्हा प्रभू श्रीराम तिला म्हणाले, "वेदवती, मी या जन्मात तुझे पती होऊ शकत नाही. परंतु पुढील जन्मात तुझा पत्नी म्हणून नक्की स्वीकार करीन."

असुर आणि महादेव

गुह हा एक असुर होता. तो ब्रह्मदेवांचा परमभक्त होता. सर्व असुरांप्रमाणे त्याचीसुद्धा अमर होण्याची इच्छा होती. अमरत्वाच्या प्राप्तीसाठी तो ब्रह्मदेवांची उपासना करत असे. अखेर त्याच्या तपश्चर्येला फळ आलं. एक दिवस साक्षात ब्रह्मदेव त्याच्यासमोर प्रकट झाले. गुह त्यांच्यासमोर तोंड उघडणार इतक्यात ब्रह्मदेव म्हणाले, "तू माझ्याकडे अमरत्व सोडून दुसरं काहीही माग. मी तुझी बाकी कोणतीही इच्छा पूर्ण करीन; फक्त मी तुला अमर बनवू शकणार नाही."

"ठीक आहे. पण देवा, तुम्ही मला असा आशीर्वाद तरी द्या, की कोणीही देव किंवा मानव माझा वध करू शकणार नाही." गुह म्हणाला. जर देवांना आपला वध करणं शक्य नसेल, तर आणखी कुणीच आपल्याला ठार मारू शकणार नाही, असा त्याला विश्वास होता.

"तथास्तु!" ब्रह्मदेव म्हणाले.

त्यानंतर गुह असुरांचा राजा बनला. त्याला विरोध करणाऱ्या सर्वांचा त्यानं काटा काढण्यास सुरुवात केली. त्यानंतर त्यानं पापभीरू आणि सज्जन अशा विद्वत्जनांची छळवणूक सुरू केली. त्याच्या राज्यातली शांतता नष्ट होऊन तिथे अराजक माजलं.

भयभीत झालेल्या लोकांनी भगवान शंकरांची आणि विष्णूंची करुणा भाकली. "हे भगवान, या गुहानं असा कोणता वर प्राप्त करून घेतला आहे? कृपया तुम्ही या त्रासातून आमची सुटका करा. एक तर तुम्ही त्याला तरी ठार मारा, नाहीतर आम्हाला तरी संपवा. आता या राज्यात आणखी काही काळ राहणं आम्हाला शक्य नाही."

मग शंकर आणि विष्णू या दोघांनी गुहाच्या प्रजेला संकटमुक्त करण्याचं वचन दिलं. त्यांनी त्यावर बराच विचारविनिमय केला; पण त्यांना त्यावर काहीही उपाय

सापडत नव्हता. कोणताही देव अथवा माणूस गुहाचा वध करू शकणार नाही, असा वर ब्रह्मदेवानंच त्याला दिलेला असल्यामुळे गुहाचा बंदोबस्त करणं फार कठीण होतं.

मग भगवान विष्णूंना एक क्लृप्ती सुचली. ते शंकरास म्हणाले, "आपण दोघांनी आपले देह एकमेकांशी जोडले तर? मग आपण एक देव नसून दोन देव होऊ. तुमची शक्ती आणि माझी बुद्धी वापरून आपण त्या गुहाचा वध करू."

भगवान शंकरांनी ते मान्य केलं.

शंकरांची उजवी बाजू– त्यांच्या भाळावरील अर्धचंद्र, मस्तकावरील गंगा, हातातील त्रिशूल आणि डमरू आणि कपाळावरील एका नेत्राचा अर्धा भाग, असे श्रीविष्णूंच्या डाव्या भागाला जाऊन मिळाले. त्यांच्या हाती गदा, चक्र, त्यांच्या माथी मुकुट आणि गरुड असं त्या भागावर होतं.

या नवीन परमेश्वरी अवताराचं नाव होतं हरिहर. एकदा हा हरिहर बनल्यावर तो थेट गुहाकडे गेला. गुहाची भीतीनं गाळण उडाली व त्यानं तिथून पळ काढला; परंतु तुंगभद्रा नदीच्या काठी हरिहरानं त्याला गाठलं. गुह त्याला शरण गेला आणि म्हणाला, "माझी आता तुमच्यापासून सुटका नाही, हे मी जाणलं आहे. पण कृपया माझी एक शेवटची इच्छा पूर्ण करा. मला तुमच्या चरणाची धूळ माझ्या मस्तकी धारण करायची आहे, तरी तुमचा पाय माझ्या मस्तकावर ठेवा."

मग हरिहरानं आपलं पाऊल उचलून त्या गुहाच्या मस्तकावर ठेवलं. त्यामुळे गुह पाताळ लोकात गेला. पृथ्वीवरून त्याचं दुष्ट अस्तित्व कायमचं मिटून गेलं.

या महादेव हरिश्वराची शंकरांचे तसेच विष्णूंचे भक्त उपासना करतात. अकराव्या शतकात होयसाला वंशाच्या राजांच्या कारकिर्दीत एका अखंड पाषाणातून एक मंदिर कोरून काढण्यात आलं. या मंदिरात शंकर नारायणाची– म्हणजेच हरिहराची मूर्ती आहे. त्या मूर्तीमध्ये भगवान शंकर आणि विष्णू या दोघांचीही वैशिष्ट्यं पाहायला मिळतात.

आज तुंगभद्रा नदीच्या जवळ हरिहर हे गाव आहे.

❖

टिपा

देव आणि त्यांची निवासस्थाने

देव/असुर	निवासस्थान (प्राचीन नाव)	निवासस्थान (आधुनिक नाव)
ब्रह्मा	पुष्कर	पुष्कर
	ब्रह्मकपाल	बद्रिनाथ
	सत्यलोक	
शिव	कैलास पर्वत	कैलास पर्वत, वाराणसी, बनारस
विष्णू	वैकुंठ, तोंडमंडलम्	तिरुपती परिसर
लक्ष्मी	करवीरपूर	कोल्हापूर
इंद्र	इंद्रलोक/अमरावती	
रावण	लंका	श्रीलंका

ज्योतिर्लिंग

नाव	स्थळ	राज्य
सोमनाथ	प्रभास पतन, सौराष्ट्र	गुजरात
नागेश	दारुकावन	गुजरात
मल्लिकार्जुन	श्रीशैलम्	आंध्र प्रदेश
महाकाल	उज्जैन	मध्य प्रदेश
अमलेश्वर	ओंकारा	मध्य प्रदेश

वैजनाथ	परळी	महाराष्ट्र
भीमाशंकर	भीमाशंकर	महाराष्ट्र
त्र्यंबकेश्वर	नाशिक	महाराष्ट्र
घृष्णेश्वर	एलोरा	महाराष्ट्र
रामेश्वरम्	रामेश्वरम्	तमिळनाडू
विश्वेश्वर	काशी	उत्तर प्रदेश
केदारेश्वर	केदार	उत्तरांचल

अमरत्वातील पळवाटा

भक्त	वरदान	पळवाट
सुंद उपसुंद	फक्त एकमेकांचा वध करू शकतील. दुसरं कुणीच त्यांना मारू शकणार नाही	एका सुंदर स्त्रीच्या प्राप्तीसाठी एकमेकांमध्ये भांडणं होऊन दोघं मरण पावले.
तारक	कोणाही देवाकडून अथवा माणसाकडून हत्या होऊ शकणार नाही.	एका बालकाच्या (शंकराच्या पुत्राच्या) हातानं मरण ओढवलं.
त्रिपुरासुर	तीन असुरांची तीन अभेद्य राज्यं होती. एक हजार वर्षांतून एकदा ती काही क्षण कमजोर होऊन परस्परांना जोडली जाणार होती.	भगवान शंकरांच्या मंतरलेल्या बाणानं त्या नाजूक क्षणी त्या नगरांचा वेध घेऊन त्या असुरांना मारलं.
गजासुर	ज्याच्या मनात काही इच्छा असेल असा कुणीही त्याचा वध करू शकणार नाही.	भगवान शंकरांना या जगातील कशाबद्दलच इच्छा, आसक्ती नाही. त्यांनी त्याचा वध केला.

भक्त	वरदान	पळवाट
वृत्रासुर	लाकूड किंवा धातूपासून तयार केलेल्या कोणत्याही अस्त्रानं मृत्यू येणार नाही.	दधिची ऋषींच्या अस्थींपासून बनवलेल्या आयुधानं मृत्यू झाला.
हिरण्यकशिपू	मानव अथवा पशूकडून मृत्यू होणार नाही. दिवसा अथवा रात्री, घराच्या आत किंवा घराबाहेर मृत्यू होणार नाही.	संधिकाली घराच्या उंबरठ्यावर नरसिंहानं वध केला.
जलंधर	शंकर भगवानांशिवाय दुसरं कुणीही याचा वध करू शकणार नाही. शंकर त्याला पित्यासमान होते.	शंकर भगवानांच्या हातून मारला गेला.
मधू आणि कैटभ	स्वतःच्या मृत्यूची वेळ स्वतः निश्चित करू शकणार होते	भगवान विष्णूंनी त्यांच्याकडून एक वर प्राप्त केला व त्या वराप्रमाणे त्यांच्याकडे त्यांच्या मृत्यूची मागणी केली.
गुह	कोणताही देव अथवा माणूस याचा वध करू शकणार नाही.	दोन देवांनी आपले देह एकत्र करून हरिहर ही देवता तयार केली व त्यानं गुहाला मारलं.

❖